ഐറിഷ് കഥകൾ

Irish Kadhakal
World Classics / Stories

Translation
Dr. Ezhumattoor Rajarajavarma

CHINTHA PUBLISHERS
Thiruvananthapuram

First Edition
June 2022

Typesetting and Published
Chintha Publishers, Thiruvananthapuram

Printed at
Repro India Ltd, Mumbai.

Cover Design
Being designs, TVM

ISBN : 978-93-93468-42-0

CO - 3117 / 6009

Email: chinthapublishers@gmail.com
Website: www.chinthapublishers.com

A version is available at National Libraries
Kolkata, Mumbai, Chennai and Delhi

Distribution
DESHABHIMANI BOOKHOUSE
H O Thiruvananthapuram 695035

Branch
Head Office Kunnukuzhi • Statue Thiruvananthapuram
KSRTC Bus Terminal Thampanoor • Saphalyam Complex Thiruvananthapuram
KSRTC Bus Station Alappuzha • KSRTC Bus Station Ernakulam
Machingal Lane Thrissur • IG Road Kozhikode
Mavoor Road Kozhikode • NGO Union Building Kannur
Central Bus Terminal Complex Thavakkara Kannur

ഐറിഷ് കഥകൾ

പരിഭാഷ
ഡോ. എഴുമറ്റൂർ രാജരാജവർമ്മ

ചിന്ത പബ്ലിഷേഴ്സ്
തിരുവനന്തപുരം-695 035

ഡോ. എഴുമറ്റൂർ രാജരാജവർമ്മ

കവി, നാടകകൃത്ത്, വിമർശകൻ, ഗവേഷകൻ, ജീവചരിത്രകാരൻ, ബാലസാഹിത്യകാരൻ, സഞ്ചാരസാഹിത്യകാരൻ, പ്രഭാഷകൻ, നവസാക്ഷര സാഹിത്യരചയിതാവ്.

1953 മെയ് 20 ന് പത്തനംതിട്ട ജില്ലയിൽ എഴുമറ്റൂർ ഗ്രാമത്തിൽ ചെങ്ങഴശ്ശേരി കോയിക്കലിൽ ജനിച്ചു. പിതാവ്: പി ആർ ഉദയവർമ്മ, മാതാവ്: സി കെ രുഗ്മിണിത്തമ്പുരാട്ടി. രസതന്ത്രത്തിലും നിയമത്തിലും ബിരുദങ്ങൾ, സാമൂഹികശാസ്ത്രത്തിലും മലയാളസാഹിത്യത്തിലും ബിരുദാനന്തരബിരുദങ്ങൾ. മലയാളസാഹിത്യത്തിൽ പി എച്ച് ഡി, ബ്രോഡ്കാസ്റ്റിങ്, പബ്ലിക് റിലേഷൻസ് & അഡ്വർടൈസിങ് എന്നിവയിൽ ഡിപ്ലോമകൾ.

കവിത, നാടകം, വിമർശനം, പഠനം, ജീവചരിത്രം, ബാലസാഹിത്യം, സഞ്ചാരസാഹിത്യം, നവസാക്ഷരസാഹിത്യം, ശാസ്ത്രം, വിവർത്തനം, വ്യാഖ്യാനം, തത്ത്വചിന്ത, പുരാവൃത്തം, സ്മരണ, സമ്പാദനം എന്നിങ്ങനെ വിവിധ ശാഖകളിലായി തൊണ്ണൂറ്റിയേഴ് കൃതികൾ. മഹാത്മാ ഗാന്ധി സ്ഥാപിച്ച വാർദ്ധാ രാഷ്ട്രഭാഷാ പ്രചാർ സമിതിയുടെ ഭാഷാപുരസ്കാരം (2013), അഭേദാനന്ദാശ്രമത്തിന്റെ അഭേദകീർത്തി പുരസ്കാരം (2016), മികച്ച ജീവചരിത്രത്തിന് പി കെ പരമേശ്വരൻ നായർ അവാർഡ് (1994), വിമർശനത്തിന് കേരള നവോത്ഥാനകലാസാഹിത്യവേദി അവാർഡ് (2001), സമഗ്രസംഭാവനയ്ക്ക് പ്രചോദ സാഹിത്യ അവാർഡ് (2002), കേരളപാണിനി പുരസ്കാരം (2005), കേന്ദ്ര സാംസ്കാരിക വകുപ്പിന്റെ സീനിയർ ഫെല്ലോഷിപ്പ് (2009), ഡോ. എൻ വി കൃഷ്ണവാര്യർ അവാർഡ് (2009), വിശിഷ്ട സേവനത്തിന് ക്യാഷ് അവാർഡും ഗുഡ് സർവ്വീസ് എൻട്രിയും, ഗ്രന്ഥരചനയ്ക്ക് യൂണിവേഴ്സിറ്റി ഗ്രാന്റ്സ് കമ്മീഷന്റെയും കേരള സാഹിത്യ അക്കാദമിയുടെയും സ്കോളർഷിപ്പുകൾ എന്നിവ ലഭിച്ചു. ഡൽഹിയിലെ മലയാള ഭാഷാപഠനകേന്ദ്രത്തിന്റെ ശില്പി എന്ന നിലയിൽ ലിംക ബുക് ഓഫ് റിക്കാർഡ്സിൽ ഇടം നേടി. മലയാളം മിഷന്റെയും ശില്പി.

ഭാര്യ: ഡി ഇന്ദിരാഭായി; മക്കൾ: ആർ രാജകുമാർ വർമ്മ, ആർ രശ്മി വർമ്മ; മരുമക്കൾ : പി സി രാജശ്രീവർമ്മ, പി സി രജത് വർമ്മ; ചെറുമക്കൾ : വേദശ്രീ വർമ്മ, രാജ്നന്ദിനി വർമ്മ, രഘുനന്ദൻ വർമ്മ; വിലാസം: കോവിലകം, എം പി അപ്പൻ നഗർ, വഴുതക്കാട്, തിരുവനന്തപുരം-695014; ഫോൺ: (വീ.) 0471-2332027 (മൊബൈൽ) 98471 25794; Email: ezhumattoorv@gmail.com.

ഉള്ളടക്കം

പ്രസാധകക്കുറിപ്പ്

സ്വന്തമായൊരു സാഹിത്യ പാരമ്പര്യത്തിനുടമകളാണ് ഐറിഷ് ജനത. ബ്രിട്ടീഷ് കൊളോണിയലിസത്തിനെതിരെ പോരാടിക്കൊണ്ടാണ് ഐറിഷ് ജനത തങ്ങളുടെ സാംസ്കാരിക രാഷ്ട്രീയമണ്ഡലം ബലപ്പെടുത്തിയത്. ദുരിതമനുഭവിക്കുന്ന ജനങ്ങളെ ഞെക്കിപ്പിഴിഞ്ഞ ബ്രിട്ടീഷുകാരോട് ഐറിഷ് ദേശീയപ്രസ്ഥാനത്തിന്റെ പിതാവ് എന്ന് വിശേഷിപ്പിക്കപ്പെടുന്ന ജൊനാതൻ സ്വിഫ്റ്റ് ഇങ്ങനെ പറഞ്ഞു: "പാവപ്പെട്ട കുഞ്ഞുങ്ങളെ വറുത്തോ പൊരിച്ചോ തിന്നുതീർത്താൽ മതി എല്ലാ പ്രശ്നങ്ങൾക്കും പരിഹാരമായി." ഇത്രമേൽ തീക്ഷ്ണമായി ഒരു എഴുത്തുകാരന് പറയേണ്ടിവന്നത് അക്കാലത്തെ രാഷ്ട്രീയ സാഹചര്യമാണ്. വിശ്വവിഖ്യാതരായ പത്ത് ഐറിഷ് എഴുത്തുകാരുടെ പന്ത്രണ്ട് കഥകളാണ് ഈ സമാഹാരത്തിൽ ഉൾക്കൊള്ളിച്ചിട്ടുള്ളത്. മരിയ എഡ്ജ്‌വർത്ത്, ലേഡി വൈൽഡ്, സ്റ്റാൻഡിഷ് – ജയിംസ് ഒഗ്രാഡി, ലേഡിഗ്രിഗറി, ഓസ്കാർ വൈൽഡ്, എലിനോർ ഹൽ, ഡഗ്ളസ് ഹൈഡ്, പാട്രിക് പിയേഴ്സ് തുടങ്ങിയവരുടെ ശ്രദ്ധേയ രചനകൾ മലയാള വായക്കാർക്കുമുന്നിൽ എത്തിക്കാനായതിൽ ഞങ്ങൾക്ക് സന്തോഷമുണ്ട്. ഭാഷാപണ്ഡിതനും സാഹിത്യമണ്ഡലത്തിലെ ബഹുമുഖ പ്രതിഭയുമായ ഡോ. എഴുമറ്റൂർ രാജരാജവർമ്മയാണ് ഈ കഥകളുടെ സമാഹരണവും പരിഭാഷയും നിർവ്വഹിച്ചിട്ടുള്ളത്.

ചിന്ത പബ്ലിഷേഴ്സ്

ആമുഖം

വിശ്വവിഖ്യാതരായ പത്ത് ഐറിഷ് എഴുത്തുകാരുടെ പന്ത്രണ്ടു കഥകളാണ് ഈ പുസ്തകത്തിന്റെ ഉള്ളടക്കം. അയർലണ്ടിൽ എഴുത്തുകാരുടെ ഒരു മഹാപാരമ്പര്യം സൃഷ്ടിച്ച മഹാനായ സാഹിത്യകാരൻ ജൊനാതൻ സ്വിഫ്റ്റ്, കുട്ടികൾക്കുവേണ്ടി യഥാതഥകഥ ആദ്യമായി എഴുതിയ മരിയ എഡ്ജ്വർത്ത്, ദേശീയപ്രസ്ഥാനത്തിന്റെ സഹയാത്രികയും ഫോക്‌ലോർ ഗവേഷകയുമായിരുന്ന ലേഡി വൈൽഡ്, കെൽറ്റിക് നവോത്ഥാനത്തിന്റെ പിതാവായ സ്റ്റാൻഡിഷ് ജയിംസ് ഒ'ഗ്രാഡി, ഐറിഷ് ലിറ്ററി തിയേറ്ററിന്റെയും ആബി തിയേറ്ററിന്റെയും നേതൃനിരയിൽ പ്രവർത്തിച്ച ലേഡി ഗ്രിഗറി, ബഹുമുഖപ്രതിഭയായിരുന്ന ഓസ്കാർ വൈൽഡ്, ഡബ്ലിയു ബി യീറ്റ്സ് ഉൾപ്പെടെയുള്ള പ്രമുഖ എഴുത്തുകാരെയൊക്കെ സ്വാധീനിച്ച ലെറ്റിഷ്യ മക്‌ലിന്റോക്, പ്രാചീന ഐറിഷ് ഭാഷാപണ്ഡിതനായിരുന്ന എലീനോർ ഹൽ, ഭാഷാശാസ്ത്രജ്ഞനും അയർലണ്ടിന്റെ ആദ്യത്തെ പ്രസിഡന്റുമായ ഡഗ്ളസ് ഹൈഡ്, രാഷ്ട്രീയനേതാവും ഈസ്റ്റർ റൈസിങ്ങിലെ ധീരരക്തസാക്ഷിയുമായിരുന്ന പാട്രിക് പിയേഴ്സ് എന്നിവരാണ് കഥാകാരന്മാർ.

ബ്രിട്ടീഷുകാരെ ഒരു പൊതുശത്രുവായിക്കാണാൻ ഐറിഷ്ജനതയോട് ആഹ്വാനംചെയ്ത ആദ്യത്തെ വ്യക്തിയാണ് ജൊനാതൻ സ്വിഫ്റ്റ്. ഐറിഷ് ദേശീയപ്രസ്ഥാനത്തിന്റെ പിതാവ് എന്ന സ്ഥാനമാണ് സ്വിഫ്റ്റിനുള്ളത്. ദുരിതമനുഭവിക്കുന്ന ജനങ്ങളെ ഞെക്കിപ്പിഴിയുന്ന ബ്രിട്ടീഷുകാരോട് അദ്ദേഹം രോഷത്തോടെ പറയുന്നു, 'പാവപ്പെട്ട കുഞ്ഞുങ്ങളെ വറുത്തോ പൊരിച്ചോ വേവിച്ചോ തിന്നുതീർത്താൽ മതി, എല്ലാ പ്രശ്നങ്ങൾക്കും പരിഹാരമായി' എന്ന്. ലോകസാഹിത്യത്തിൽ *എ മോഡസ്റ്റ് പ്രൊപ്പോസൽ* പോലെ ഉത്കൃഷ്ടമായ ഒരു ആക്ഷേപഹാസ്യരചന കണ്ടെത്താനാവില്ല. ഇന്നത്തെ കഥാസങ്കല്പവുമായി 1729 ൽ എഴുതിയ

ഈ രചന ഒത്തുനോക്കുന്നതു മൗഢ്യമാണ്. അയർലണ്ട് ജനതയെ മുഴുവൻ ആവേശഭരിതരും പോരാട്ടസന്നദ്ധരുമാക്കിയ രചനയാണിത്.

മരിയ എഡ്ജ്‌വർത്ത് കുട്ടികൾക്കുവേണ്ടി എഴുതിയ കഥകളിൽ മുഖ്യമായും ലക്ഷ്യമിട്ടത് മൂല്യബോധമുറപ്പിക്കുക എന്നതാണ്.

മറ്റു കഥകൾക്കെല്ലാം ഒരു പൊതുസ്വഭാവമുണ്ട്. അത് ഐറിഷ് പുരാവൃത്തബന്ധമാണ്. അയർലണ്ടിന്റെ മിത്തോളജിയെ ഗെയ്‌ലിക് മിത്തോളജി എന്നുപറയുന്നു. സാഹിത്യനവോത്ഥാനത്തെയും സ്വാതന്ത്ര്യസമരത്തെയും ത്വരിപ്പിച്ച ഘടകം പുരാവൃത്ത-ഐതിഹ്യങ്ങളുടെ വീണ്ടെടുപ്പാണ്. പത്തൊൻപതാം ശതകത്തിന്റെ അവസാനഘട്ടം എഴുത്തുകാരെല്ലാം ഈ പാരമ്പര്യസ്രോതസ്സുകളുടെ ശേഖരണത്തിൽ ശ്രദ്ധവച്ചു. ഇതിനു നേതൃത്വം നല്കിയത് ഡബ്ലിയു ബി യീറ്റ്സാണ്. കൊളോണിയലിസത്തിന്റെ ആക്രമണത്തിൽ നഷ്ടപ്പെട്ട സാംസ്കാരികസമ്പത്ത് ഐറിഷ്ജനത ഇക്കാലത്തു വീണ്ടെടുത്തു. നാടൻപാട്ടുകളുടെയും നാടോടിക്കഥകളുടെയും വലിയ ശേഖരമുണ്ട്. ആസൂത്രിതവും സംഘടിതവുമായ ഒരു യജ്ഞത്തിന്റെ ഫലമായി ലഭിച്ച ഫോക്‌ലോർ ഘടകങ്ങൾ സാഹിത്യത്തിന്റെ വിവിധ ശാഖകളെ സമ്പന്നമാക്കി. കഥകളിൽ ഭൗതികലോകവും അന്യലോകവും ഇഴചേർന്നു. ഈ പശ്ചാത്തലബോധത്തോടെയാവണം തുടർന്നുള്ള കഥകളെ കാണേണ്ടത്.

ഈ എഴുത്തുകാരൊക്കെയും ഇംഗ്ലീഷ് സാഹിത്യകാരന്മാരായാണ് അറിയുന്നത്. ഇവരിൽ പലരും ഐറിഷിലും ഇംഗ്ലീഷിലും എഴുതിയവരാണ്. ഏതു ദേശത്തു വസിക്കിലും ഈ എഴുത്തുകാർ തങ്ങളുടെ ജന്മദേശമായ അയർലണ്ടിനെ സ്നേഹിക്കുകയും സ്വരാജ്യത്തിന്റെ സ്വാതന്ത്ര്യത്തിനും ഐശ്വര്യത്തിനുംവേണ്ടി തൂലിക ചലിപ്പിക്കുകയും ചെയ്തവരാണ്. എല്ലാ കഥകളിലും ക്രിയാത്മകമായ സമീപനമാണുള്ളത് എന്നതും ശ്രദ്ധിക്കാം.

അയർലണ്ടിന്റെ സ്വാതന്ത്ര്യത്തിന്റെ നൂറാം വർഷത്തിൽ (2019) രണ്ടു തവണയായി ആറുമാസക്കാലം ഡബ്ളിനിൽ മകളോടൊപ്പം താമസിക്കുകയുണ്ടായി. പ്രാചീന സംസ്കൃതിയുറങ്ങുന്ന സ്ഥലങ്ങൾ സന്ദർശിക്കുന്നതിനും പുരാവൃത്ത-ഐതിഹ്യകഥകളും പാട്ടുകളും മറ്റും വായിക്കുന്നതിനുമായിരുന്നു ഇക്കാലത്തു കൂടുതൽ സമയം ചെലവഴിച്ചത്. മധുരം കിട്ടുമ്പോൾ കുടുംബാംഗങ്ങൾക്കും സുഹൃത്തുക്കൾക്കും പങ്കുവയ്ക്കുന്നതിലുള്ള സംതൃപ്തിയാണ്, അന്നു പരിഭാഷപ്പെടുത്തിയ രചനകളിൽനിന്നു തെരഞ്ഞെടുത്ത ഈ കഥകൾ പ്രകാശിപ്പിക്കുന്നതിലൂടെ ഞാൻ അനുഭവിക്കുന്നത്.

വിവിധ രാജ്യങ്ങളിൽ സേവനമനുഷ്ഠിച്ച പ്രഗല്ഭനായ അദ്ധ്യാപകനും സർവ്വവിജ്ഞാനകോശ ഇൻസ്റ്റിറ്റ്യൂട്ടിന്റെ മുൻ ഡയറക്ടറും ശാസ്ത്രഗ്രന്ഥകാരനും പ്രഭാഷകനുമായ ഡോ. സി ജി രാമചന്ദ്രൻ നായർ സാറാണ് അവതാരിക രചിച്ചിരിക്കുന്നത്. ദീർഘകാലമായി അദ്ദേഹത്തിന്റെ സ്നേഹവും വാത്സല്യവും അനുഭവിക്കുന്ന എനിക്ക് സാറിന്റെ അവതാരിക ഒരനുഗ്രഹമാണ്.

ഡോ. എഴുമറ്റൂർ രാജരാജവർമ്മ

അവതാരിക

ഡോ. സി ജി രാമചന്ദ്രൻനായർ

ചെറുകഥകൾക്ക് അവയുടേതായ ഒരു പ്രത്യേക സൗന്ദര്യമുണ്ട്. അവ നമുക്ക് സവിശേഷമായ ഒരു വായനാനുഭവം നല്കുന്നു. വായിച്ചു തീരാറാവുമ്പോഴേക്കും, 'തീരല്ലേ!' എന്നു നാം വ്യഗ്രരാകുന്നു! വായിച്ചുതീർന്നാലോ, കഥ മനസ്സിൽ പതിഞ്ഞുകിടക്കുന്നു. നല്ല ഒരു ചെറുകഥ ആസ്വദിച്ചു വായിച്ചാൽ നാം ആജീവനാന്തം ആ കഥ മനസ്സിലിട്ട് ഇടയ്ക്കിടയ്ക്കു ലാളിച്ചുകൊണ്ടിരിക്കുന്നു!

ഒരു ഉദാഹരണം പറയട്ടെ! മഹാകവി രവീന്ദ്രനാഥ ടാഗോറിന്റെ 'കാബൂളിവാല' എന്ന ചെറുകഥ ഒരിക്കൽ വായിച്ചാൽ പിന്നെ നാം അത് മറക്കുകയേ ഇല്ല. വിദൂരസ്ഥമായ കാബൂളിൽനിന്ന്, നാടോടിയായി, ബംഗാളിലെത്തി, പല വീടുകളിലും ചില്ലറ വ്യാപാരങ്ങൾ നടത്തി ഉപജീവനം നയിക്കുന്ന കാബൂൾകാരൻ (കാബൂളിവാല) ഒരു വീട്ടിലെ ബാലികയായ മിനിയുമായി ചങ്ങാത്തം സ്ഥാപിക്കുന്നതാണ് കഥയുടെ ആദ്യഭാഗത്തിൽ നാം കാണുന്നത്. എത്ര ഹൃദ്യമാണ് അവരുടെ സംഭാഷണങ്ങൾ! പിന്നീട്, അനേകവർഷങ്ങൾക്കുശേഷം, വീണ്ടും കാബൂളിവാല എത്തുമ്പോഴേക്കും, മിനിയെ കാണുന്നത് അവളുടെ വിവാഹം നടക്കുന്ന ദിവസമാണ്. ആഭരണങ്ങളും കേശാലങ്കാരവും വിശേഷപ്പെട്ട വസ്ത്രങ്ങളും അണിഞ്ഞുനില്ക്കുന്ന യൗവനയുക്തയായ മിനിയാണ് ഇതാ തന്റെ മുമ്പിൽ! പെട്ടെന്ന് അയാൾ ദൂരെ അഫ്ഗാനിസ്ഥാനിലുള്ള തന്റെ മകൾ 'പാർബതി'യെ ഓർത്തു. മിനിയുടെ പ്രായംതന്നെയാണ് പാർബതിക്കും! അവളും ഇപ്പോൾ വളർന്നുകാണും; നല്ല നടപ്പിനായി ശിക്ഷ ഇളവുചെയ്തോ മറ്റോ, ജയിൽ വിമോചിതനായി തന്റെ ഇന്ത്യൻ കൂട്ടുകാരിയായ മിനിക്കുട്ടിയെ കാണാനെത്തിയ കാബൂളിവാല, താൻ ഇപ്പോൾ മദ്ധ്യവയസ്സ് പിന്നിട്ട ഒരു മനുഷ്യനാണെന്ന കാര്യം ഓർത്തു!

കഥാതന്തു ഇത്രയേയുള്ളൂ. പക്ഷേ, എന്തൊരു വികാരപ്രപഞ്ചമാണ് ഈ ചെറുകഥയിൽക്കൂടി ടാഗോർ നമ്മുടെ മുമ്പിൽ തുറന്നു കാണിക്കുന്നത്! ഫോട്ടോഗ്രാഫിയൊന്നുമില്ലാതിരുന്ന കാലത്ത്, തന്റെ മകളുടെ ഓർമ്മയ്ക്കായി, മകൾ പാർബതിയുടെ കൈ മഷിപുരട്ടി കടലാസിൽ അമർത്തി ഉണ്ടാക്കിയ ഒരു പഴയ 'കൈപ്പത്തിചിത്രം' മാത്രം കാബൂളിവാല, മിനിയുടെ അച്ഛനെ കാണിക്കുന്നു. മിനിക്കു തന്റെ ഒരു ചെറുസമ്മാനം മിനിയുടെ അച്ഛനെ ഏല്പിച്ച് കാബൂളിവാല യാത്രപറഞ്ഞു പോകുന്നു.

ഇല്ല, ഈ കഥ വായിക്കുന്ന ഒരു മനുഷ്യന്റെയും മനസ്സിൽനിന്ന് കാബൂളിവാല പോകുന്നേ ഇല്ല തന്നെ!

ടാഗോറിന്റെ വിശ്വവിഖ്യാതമായ മറ്റൊരു ചെറുകഥയെക്കൂടി ഒന്നു സ്പർശിച്ചുപോകാം. 'പോസ്റ്റ്മാസ്റ്റർ' എന്ന കഥ. ഏറ്റവും ഹൃദയസ്പർശിയായ, ശ്രേഷ്ഠമായ, അതിമനോഹരമായ ഒന്നാണീ കഥ.

കല്ക്കത്താ നിവാസിയായ ഒരു യുവാവിന് പോസ്റ്റൽ ഡിപ്പാർട്ടുമെന്റിൽ ഉദ്യോഗം ലഭിക്കുന്നു, പോസ്റ്റ്മാസ്റ്ററായിട്ട്. ആദ്യത്തെ നിയമനം വിദൂരമായ ഒരു കുഗ്രാമത്തിലാണ് – 'ഉലാപ്പൂരി'ൽ (Ulapur). നഗരവാസിയായ അയാൾ ഉലാപ്പൂരിൽ 'വെള്ളത്തിൽനിന്ന് കരയിലിട്ട മത്സ്യം പോലെ' (like a fish out of water എന്ന് ടാഗോറിന്റെ സ്വന്തം ഇംഗ്ലീഷ് പരിഭാഷ) കഴിയുന്നു. സഹായിയായി ഒരു അനാഥബാലിക എത്തുന്നു. രത്തൻ (രത്നം അഥവാ രത്നാ എന്നു മലയാളീകരിക്കാം!) കേവലം 12 വയസ്സായ ഒരു കുട്ടിയാണ്; അവൾക്ക് ശമ്പളമൊന്നും വേണ്ടാ, അല്പം ആഹാരം മാത്രം മതി. 'ബാബു' (Babu അഥവാ യജമാനൻ, ഉദ്യോഗസ്ഥൻ) വിന് രത്നം വലിയ സേവനമാണ് കാഴ്ചവച്ചത്. പാചകം, വീടു വൃത്തിയാക്കൽ തുടങ്ങി എന്തു ജോലിയും അവൾ സസന്തോഷം ചെയ്തുപോന്നു.

മാസങ്ങൾ കഴിഞ്ഞു. നമ്മുടെ നഗരവാസിയായ പോസ്റ്റുമാസ്റ്റർക്കു കുഗ്രാമവാസം മടുത്തു. അയാൾ സ്ഥലംമാറ്റത്തിനായി മേലധികാരികൾക്ക് അപേക്ഷ അയച്ചു. അപേക്ഷ സ്വീകരിക്കപ്പെട്ടില്ല! നിരാശനായ അയാൾ രാജിക്കത്ത് തയ്യാറാക്കി അയച്ചു. ഇതൊന്നും പാവം രത്നം അറിയുന്നില്ല. 'ബഡാ ബാബു' എന്തൊക്കെയോ എഴുതുന്നു എന്നുമാത്രമേ അവൾ വിചാരിച്ചുള്ളൂ.

പോസ്റ്റ്മാസ്റ്റർ രാജിവച്ച കാര്യം രത്നത്തിനെ സാവധാനം അറിയിച്ചു. തീരെ അപ്രതീക്ഷിതമായ ഒരു ആഘാതമായിരുന്നു അവൾക്ക് ഈ വാർത്ത. അവളുടെ ജീവിതംപോലും ആകെ കീഴ്മേൽ മറിഞ്ഞു. കരഞ്ഞുകൊണ്ട് അവൾ ബഡാ ബാബുവിനോടു അപേക്ഷിച്ചു: "എന്നെക്കൂടി കല്ക്കത്തയ്ക്കു കൊണ്ടുപോകാമോ?"

"അതു സാദ്ധ്യമല്ലല്ലോ, രത്നം!" എന്ന് അനുകമ്പയോടെ പോസ്റ്റ്മാസ്റ്റർ അവളോടു പറഞ്ഞു: "പക്ഷേ, എനിക്കു പകരം വരുന്ന ആളോടു

ഞാൻ നിന്റെ കാര്യം പറയാം. അയാൾ നിന്നെ സഹായിക്കും."

ഇതുകേട്ട ഉടനെ, പൊട്ടിക്കരഞ്ഞുകൊണ്ട് രത്നം ഓടിപ്പോയി....

പോസ്റ്റ്മാസ്റ്റർ തിരികെ കല്ക്കത്തയിലേക്കു പോകുന്നവഴിക്ക് ചിന്താകുലനായി. പക്ഷേ, അയാൾ സ്വയം സമാധാനിച്ചു. ജീവിതത്തിൽ ഇതുപോലെ എത്രയോ ആളുകളെ നാം കണ്ടുമുട്ടുന്നു; പരിചയപ്പെടുന്നു, പിന്നെ അകന്നുപോകുന്നു. കവി പാടിയപോലെ,

"അറിയാതെയടുത്തൂനാം; ഇനി
അകലണം.... ഇതു നിത്യവിയോഗം"

അല്പം തത്ത്വജ്ഞാനത്തിന്റെ 'അസ്ഖിത' ഉള്ള പോസ്റ്റ്മാസ്റ്റർ സ്വയം സമാധാനം നേടി യാത്ര തുടർന്നു.

കഥാകാരൻ (ടാഗോർ) തുടരുന്നു:

"But alas! Poor Ratan had no philosohy! She wandered about the Post Office in a flood of tears. It may be that she still had a lurking hope that her Bada Babu will return...."

(കഷ്ടം. പാവം രത്നത്തിന് തത്ത്വശാസ്ത്രമൊന്നും അറിയില്ലായിരുന്നു. നിറകണ്ണുകളോടെ അവൾ പോസ്റ്റോഫീസ് പരിസരത്തു ലക്ഷ്യമില്ലാതെ നടന്നു. ഒരുപക്ഷേ, തന്റെ ബഡാ ബാബു തിരിച്ചുവന്നേക്കും എന്ന ഒരു ആശ അവളുടെ ഇളം മനസ്സിലുണ്ടായിരുന്നുവോ ആവോ...)

*****

ടാഗോറിനെപ്പോലെ മറ്റനേകം മഹാസാഹിത്യകാരന്മാർ പ്രസിദ്ധങ്ങളായ ചെറുകഥകൾ എഴുതിയിട്ടുണ്ട്. ഒ ഹെൻറി (O Henry) യുടെ *അവസാനത്തെ ഇല* (The Last Leaf), മോപ്പസാങ്ങിന്റെ (Mauppasant), *മാല* (The Necklace), *മാദ്മാഡേൽ ഫിഫി* (Madmoiselle Fifi) മുതലായ ചെറുകഥകൾ, സാകി (H H Munro, തൂലികാനാമം) യുടെ *സന്ധ്യ* (Dusk), *തുറന്ന ജന്നൽ* (The Open Window) മുതലായ കഥകൾ, ഇതുപോലെ മറ്റനേകം പ്രശസ്ത കഥാകാരന്മാരുടെ ചെറുകഥകൾ, എല്ലാം നമുക്കിവിടെ ഓർമ്മിക്കാം. ടോൾസ്റ്റോയി (Tolstoy), ചെഖോവ് (Chekhov) മുതലായ റഷ്യൻ സാഹിത്യകാരന്മാർ, ലാറ്റിനമേരിക്കൻ സാഹിത്യകാരന്മാർ – ഇങ്ങനെ അനുഗൃഹീത കഥാകാരന്മാരുടെ ലിസ്റ്റ് നീണ്ടുപോകുന്നു. മലയാളത്തിൽ തകഴി, പൊറ്റെക്കാട്, ടി പത്മനാഭൻ, കെ സരസ്വതി അമ്മ മുതലായവരുടെ ചെറുകഥകളും അന്താരാഷ്ട്ര പ്രശസ്തി അർഹിക്കുന്നവതന്നെയാണ്. വിസ്തരഭയത്താൽ നിർത്തട്ടെ!

ഐറിഷ് റിപ്പബ്ലിക്

ലോകത്തിൽ ഐറിഷ് റിപ്പബ്ലിക്കിന് ഒരു പ്രത്യേക സ്ഥാനമാണുള്ളത്. അത് ബാഹ്യലോകത്തിൽ വേണ്ടത്ര അറിയപ്പെട്ടിട്ടില്ല എന്നതാണ്

ഒരു പ്രത്യേകത. അതിൽ ഒന്നാലോചിച്ചാൽ അത്ഭുതപ്പെടേണ്ടതില്ല. യൂറോപ്പിൽത്തന്നെ, പ്രമുഖ രാഷ്ട്രങ്ങളായ ഗ്രേറ്റ് ബ്രിട്ടൺ, ജർമ്മനി, ഫ്രാൻസ്, ഇറ്റലി, സ്പെയിൻ മുതലായവയെപ്പോലെ അയർലണ്ടിന് ഒരു പ്രമുഖ സ്ഥാനം ഇല്ലല്ലോ. ഇതിനൊരു കാരണം അയർലണ്ട് രാജ്യംതന്നെ ദീർഘകാലം ബ്രിട്ടന്റെ കീഴിൽ അസ്വതന്ത്രത അനുഭവിച്ചിരുന്നു എന്നതാണ്. ഐറിഷ് സാഹിത്യത്തെ കൂടുതൽ അറിയുന്നതിനുമുമ്പ്, ഒരുപക്ഷേ, അയർലണ്ട് എന്ന രാജ്യത്തെപ്പറ്റിയും ഐറിഷ് ഭാഷയെപ്പറ്റിയും അല്പം അറിയുന്നത് ഉചിതമായിരിക്കും.

അയർലണ്ട് (Ireland)

യൂറോപ്പ് ഭൂഖണ്ഡത്തിന്റെ വടക്കുപടിഞ്ഞാറായിട്ട് രണ്ടു ദ്വീപുകൾ സ്ഥിതിചെയ്യുന്നു – ബ്രിട്ടൻ അഥവാ ഗ്രേറ്റ് ബ്രിട്ടൻ (Britain or Great Britain), അയർലണ്ട് (Ireland) എന്നിവയാണ് പ്രധാന ദ്വീപുകൾ. ഇവയ്ക്കു പുറമേ, മാൻദ്വീപ് (Isle of Man), ഹെബ്രിഡീസ് (Hebrides) എന്നീ ചെറുദ്വീപുകളും, കൂടാതെ ആറായിരത്തോളം തുരുത്തുകളും ഉണ്ട്. ഈ ദ്വീപസമൂഹത്തിന് പൊതുവേ 'ബ്രിട്ടീഷ് ദ്വീപുകൾ' (British Isles) എന്നാണ് പേര്.

രണ്ടു പരമാധികാര രാജ്യങ്ങളാണ് ബ്രിട്ടീഷ് ദ്വീപുകളിലുള്ളത് – 1) യുണൈറ്റെഡ് കിങ്ഡം ഓഫ് ഗ്രേറ്റ് ബ്രിട്ടൻ ആൻഡ് നോർതേൺ അയർലണ്ട് (United Kingdom of Great Britain and Northern Ireland അഥവാ UK), 2) റിപ്പബ്ലിക് ഓഫ് അയർലണ്ട് (Republic of Ireland) അഥവാ 'എയ്റെ' (Eire – പഴയ പേർ). ഗ്രേറ്റ് ബ്രിട്ടനിലും വടക്കൻ അയർലണ്ടിലും (അതായത് UK യിൽ) മാതൃഭാഷ ഇംഗ്ലീഷ് (English) ആണല്ലോ. എന്നാൽ റിപ്പബ്ളിക് ഓഫ് ഐർലണ്ടിൽ, ഐറിഷാണ് (Irish) അംഗീകൃതമായ രാഷ്ട്രഭാഷ. എങ്കിലും ജനങ്ങൾക്കു മുഴുവൻപേർക്കും തന്നെ ഇംഗ്ലീഷ് അറിയാമെന്നു പറയാം. ഇംഗ്ലീഷിൽനിന്നു, തുലോം വ്യത്യസ്തമായ ഗേയ്ലിക് (Gaelic) ഗോത്രത്തിൽപ്പെട്ട ഒരു ഭാഷയാണ് ഐറിഷ്.

ഐറിഷ് സാഹിത്യവും സാഹിത്യനായകന്മാരും

ലോകപ്രശസ്തരായ പല ഐറിഷ് വംശജ സാഹിത്യകാരും ഇംഗ്ലീഷ് ഭാഷയിലാണ് അവരുടെ കൃതികൾ പൊതുവേ എഴുതിയിട്ടുള്ളത്. ഉദാഹരണം: ജോർജ് ബർണാഡ് ഷാ (George Bernard Shaw), സാമുവൽ ബെക്കിറ്റ് (Samuel Beckett), ഒളിവെർ ഗോൾഡ് സ്മിത്ത് (Oliver Goldsmith), ജയിംസ് ജോയ്സ് (James Joyce), പാട്രിക് കാവനാ (Patric Kavanagh), ഓസ്കാർ വൈൽഡ് (Oscar Wilde), വില്യം ബട്‌ലെർ യീറ്റ്സ് (W B Yeats), സി എസ് ലൂയിസ് (C S Lewis).

ഐറിഷ് കഥകൾ

ഐറിഷ് കഥകളെപ്പറ്റി, അന്യഥാ സാഹിത്യോത്സുകരായ മലയാളികൾക്കുപോലും വേണ്ടത്ര അറിവില്ലെന്നത് ഒരു ദുഃഖകരമായ വസ്തുതയാണ്. ഈ കുറവ് നികത്താനുള്ള ഒരു അഭിനന്ദനീയ ശ്രമമാണ് ഡോ. എഴുമറ്റൂർ രാജരാജവർമ്മ തന്റെ പുതിയ പുസ്തകമായ *ഐറിഷ് കഥകൾ* വഴി നടത്തിയിട്ടുള്ളത്.

ഈ സമാഹാരത്തിൽ പന്ത്രണ്ട് ചെറുകഥകളാണുള്ളത്; പത്തു സാഹിത്യപ്രതിഭകളാണ് മൂലഗ്രന്ഥരചയിതാക്കൾ. ആദ്യത്തെ കഥ നോക്കുക – *ന്യായമായ ഒരു നിർദ്ദേശം* (A Modest Proposal). ഇത് എഴുതിയത് സാക്ഷാൽ ജൊനാതൻ സ്വിഫ്റ്റ് (Jonathan Swift) ആണ്; അതേ, *ഗള്ളിവറുടെ സഞ്ചാരകഥകൾ* (Gulliver's Travels) എഴുതിയ മഹാനായ കഥാകാരൻതന്നെ! ഈ സമാഹാരത്തിൽ സ്വിഫ്റ്റിന്റെ അതിപ്രശസ്തമായ 'ന്യായമായ ഒരു നിർദ്ദേശ'മാണ്, സാഹിത്യമർമ്മജ്ഞനായ ഡോ. എഴുമറ്റൂർ ഭാഷാന്തരീകരണം നടത്തി, ഒന്നാമത്തെ ചെറുകഥയായി ചേർത്തിരിക്കുന്നത്. ഉഗ്രമായ ആക്ഷേപഹാസ്യത്തിന്റെ (Satire) ഉദാഹരണമാണീ കഥ. ഒരുതരം 'കറുത്ത ഹാസ്യ'വും (black humour) ഇക്കഥയിലുണ്ട്.

വിഖ്യാതസാഹിത്യകാരനായ ഓസ്കാർ വൈൽഡിന്റെ (Oscar Wilde) പ്രശസ്ത ചെറുകഥയാണ് *രാപ്പാടിയും റോസാപ്പൂവും* (The Nightingale and The Rose). അതുപോലതന്നെ, എന്നാൽ തികച്ചും വ്യത്യസ്തമാണ്, വൈൽഡിന്റെതന്നെ 'നക്ഷത്രക്കുഞ്ഞ്' (The Star Child). ഈ രണ്ടു കഥകളും ഡോ. രാജരാജവർമ്മ നമുക്കായി പരിഭാഷപ്പെടുത്തിയിരിക്കുന്നു. മറ്റു കഥകളും ഈ കഥാസമാഹാരത്തിനു മാറ്റുകൂട്ടുന്നു. ഒന്നു തീർച്ച – ഈ കഥാസമാഹാരം മലയാളികൾക്ക് തികച്ചും ഹൃദ്യമായതും എന്നാൽ വേറിട്ടുള്ളതുമായ ഒരു 'വായനാസുഖം' നല്കുന്നു.

ഗ്രന്ഥകാരനെപ്പറ്റിക്കൂടി രണ്ടു വാക്ക്. ഡോ. എഴുമറ്റൂരിനെ എനിക്ക് മൂന്നു ദശാബ്ദങ്ങളായി നേരിട്ടറിയാം. തികഞ്ഞ സഹൃദയനും സാഹിത്യകാരനും സാഹിത്യാസ്വാദകനുമായ ഡോ. എഴുമറ്റൂർ ഇതിനകംതന്നെ അറുപതിൽപ്പരം ഉത്തമസാഹിത്യഗ്രന്ഥങ്ങൾ കൈരളിക്കു കാഴ്ചവച്ചിട്ടുണ്ട്! ഇതിനും പുറമേ പ്രൊഫ. എൻ കൃഷ്ണപിള്ളയുടെ ചിരസ്മാരകമായ 'എൻ കൃഷ്ണപിള്ള ഫൗണ്ടേഷ'ന്റെ സ്ഥാപകനും സാരഥിയുമായി അദ്ദേഹം കർമ്മനിരതനായി സാഹിതീസേവനം നടത്തുന്നു.

നാം മലയാളികൾ വേണ്ടത്ര പരിചയപ്പെടാത്ത അയർലണ്ട് എന്ന നാട്ടിൽ പോയി താമസിച്ച അനുഭവങ്ങൾകൂടി ഉൾപ്പെട്ട ഒരു യാത്രാവിവരണമായി *അയർലണ്ടിലെ രാജ്നന്ദിനിക്ക്* എന്ന ഡോ. രാജരാജവർമ്മയുടെ പുസ്തകം ഈയിടെ എഴുതി പ്രസിദ്ധീകരിച്ചിട്ടുണ്ട്. ഇപ്പോൾ

ഇതാ ഐറിഷ് സാഹിത്യത്തെ നമുക്കു പരിചയപ്പെടുത്തുന്ന ഒരു കഥാ സമാഹാരമായ *ഐറിഷ് കഥകൾ* ഡോ. എഴുമറ്റൂർ കൈരളിക്കു സംഭാവന ചെയ്തിരിക്കുന്നു. ഈ പുസ്തകം സാഹിത്യകുതുകികളായ മലയാളികൾ തീർച്ചയായും സഹർഷം, സ്വാഗതപൂർവ്വം, സ്വീകരിക്കുമെന്നുറപ്പ്! ഇതിന് ഒരു അവതാരിക ആവശ്യപ്പെട്ട്, 'സർവ്വവിജ്ഞാനകോശ ഇൻസ്റ്റിറ്റ്യൂട്ടി'ലെ എന്റെ സഹപ്രവർത്തകൻകൂടി ആയിരുന്ന ഗ്രന്ഥകർത്താവ് എന്നെ സമീപിച്ചപ്പോൾ, അനല്പമായ സന്തോഷത്തോടെയാണ് ഞാൻ ആ സ്നേഹക്ഷണം സ്വീകരിച്ചത്. ഗ്രന്ഥത്തിനും ഗ്രന്ഥകാരനും ഭാവുകങ്ങൾ നേർന്നുകൊണ്ട്, സഹൃദയസമക്ഷം ഈ നല്ല പുസ്തകം അവതരിപ്പിക്കുന്നതിലൂടെ ഞാൻ കൃതാർത്ഥനാണ്, കൃതകൃത്യനുമാണ്.

COUNTY MAP OF IRELAND

Ireland

ന്യായമായ ഒരു നിർദ്ദേശം
- ജൊനാതൻ സ്വിഫ്റ്റ്

A Modest Proposal
- Jonathan Swift

[ആക്ഷേപഹാസ്യകാരൻ, രാഷ്ട്രീയവിമർശകൻ, കവി, പുരോഹിതൻ എന്നീ നിലകളിൽ വിഖ്യാതനായ ജൊനാതൻ സ്വിഫ്റ്റ് (1667–1745) സെന്റ് പാട്രിക് കത്തീഡ്രലിൽ 32 വർഷം ഡീൻ ആയിരുന്നു. അയർലണ്ടിലെ എഴുത്തുകാരുടെ മഹാപാരമ്പര്യത്തിന്റെ ആദ്യത്തെ കണ്ണിയാണ് സ്വിഫ്റ്റ്. ഐറിഷ് ദേശീയ പ്രസ്ഥാനത്തിന്റെ പിതാവ് എന്ന് വിശേഷിപ്പിക്കപ്പെടുന്നു. ദ *ഡ്രാപ്പിയേഴ്സ് ലെറ്റേഴ്സ്* (1724), *ഗളിവേഴ്സ് ട്രാവൽസ്* (1726), *എ മോഡസ്റ്റ് പ്രൊപ്പോസൽ* (1729), *എ ടെയിൽ ഒഫ് എ ടബ്* (1704), *ദ ബാറ്റിൽ ഓഫ് ദ ബുക്ക്സ്* (1704), *എ ജേണൽ റ്റു സ്റ്റെല്ല* (1766) തുടങ്ങി നിരവധി കൃതികൾ രചിച്ചു.

എ മോഡസ്റ്റ് പ്രൊപ്പോസൽ എന്നറിയപ്പെടുന്ന കഥ (ആക്ഷേപഹാസ്യലേഖനം എന്നു വിശേഷിപ്പിക്കുന്നവരും ഉണ്ട്)യുടെ പൂർണ്ണമായ പേര് 'എ മോഡസ്റ്റ് പ്രൊപ്പോസൽ ഫോർ പ്രിവന്റിങ് ദ ചിൽഡ്രൻ ഓഫ് പുവർ പീപ്പിൾ ഇൻ അയർലണ്ട്, ഫ്രം ബീയിങ് എ ബർഡൻ ഓൺ മദർ പേരന്റ്സ് ഓർ കൺട്രി ആന്റ് ഫോർ മേക്കിങ് ദെം ബെനിഫിഷ്യൽ ടു ദ പബ്ലിക്' എന്നാണ്. അയർലണ്ട് ജനതയെ പട്ടിണിക്കിട്ടു കൊല്ലുന്ന ബ്രിട്ടീഷുകാരോടുള്ള അമർഷം ആളിക്കത്തുന്ന ഈ രചന ലോകസാഹിത്യത്തിൽത്തന്നെ ഒരു അനന്വയമാണ്.]

ഈ മഹാനഗരത്തിലൂടെയോ ഈ രാജ്യത്തുടനീളമോ സഞ്ചരിക്കുന്നവർക്ക് ദുഃഖമുണ്ടാക്കുന്ന ഒരു വസ്തുതയാണ്, തെരുവുകളിലും വീട്ടുവാതില്ക്കലുമെല്ലാം പഴന്തുണിചുറ്റി, അഞ്ചും ആറും കുട്ടികളുമായി വഴിയാത്രക്കാരുടെ നേരെ കൈനീട്ടി കേഴുന്ന സ്ത്രീകളുടെ ഭിക്ഷാടനം. മാന്യമായ ഉപജീവനത്തിനുവേണ്ടി ജോലിചെയ്യുന്നതിനുപകരം നിസ്സഹായരായ കുഞ്ഞുങ്ങൾക്കുവേണ്ടി ഭിക്ഷ യാചിക്കാനാണ് അവർ നിർബ

ദ്ധിതരായിരിക്കുന്നത്. ഈ കുഞ്ഞുങ്ങൾ വളർന്നു വലുതാകുമ്പോൾ ജോലി ലഭിക്കാതെ മോഷ്ടാക്കളാവുകയോ സ്വരാജ്യംവിട്ട് സ്പെയിൻകാരുടെ അടിമപ്പണിക്കാരാവുകയോ മലേഷ്യയിലെ ബാർബഡോസിന് വില്ക്കപ്പെടുകയോ ചെയ്യും.

ഇങ്ങനെ കുറ്റവാളികളാവുകയോ ജയിലിലാവുകയോ മാതാപിതാക്കളുടെ തണലുപറ്റുകയോ ചെയ്യുന്ന കുട്ടികളുടെ സംഖ്യ അത്ഭുതകരമാംവണ്ണം വർദ്ധിക്കുന്നത് ഈ വൃത്തിഹീനമായ രാജ്യത്തിൽ സങ്കടകരമാണ് എന്നും, അതിനാൽ ന്യായയുക്തവും ചെലവുകുറഞ്ഞതും എളുപ്പമുള്ളതുമായ ഒരു മാർഗ്ഗം പ്രശ്നപരിഹാരമായി നിർദ്ദേശിക്കുന്ന ഒരാൾക്ക് രാജ്യസംരക്ഷകൻ എന്ന നിലയിൽ ഒരു പ്രതിമ നിർമ്മിക്കപ്പെടാൻ അർഹതയുണ്ടാകും എന്ന് എല്ലാ പാർട്ടികളും അംഗീകരിക്കും എന്നും ഞാൻ വിചാരിക്കുന്നു.

എന്നാൽ എന്റെ ലക്ഷ്യം ഇതിലും വളരെ വലുതാണ്. അത് ഒരു പ്രത്യേക പ്രായത്തിലുള്ള എല്ലാ കുഞ്ഞുങ്ങൾക്കും വേണ്ടിയുള്ളതാണ്. വിശേഷിച്ചും, മാതാപിതാക്കളാൽ സംരക്ഷിക്കപ്പെടാൻ സാദ്ധ്യതയില്ലാതെ തെരുവിന്റെ ദയ ആവശ്യപ്പെടുന്ന വലിയ വിഭാഗം കുട്ടികളെ ഞാൻ ലക്ഷ്യമിടുന്നു.

വളരെ പ്രധാനപ്പെട്ട ഈ വിഷയം സംബന്ധിച്ച് ദീർഘനാളായി ഞാൻ ചിന്തിക്കുകയാണ്. നമ്മുടെ പ്രോജക്ട് നിർമ്മാതാക്കളുടെ എല്ലാ പദ്ധതികളും ഞാൻ കൂലങ്കഷമായി പരിശോധിച്ചു വിലയിരുത്തുകയും അവർക്കെല്ലാം കണക്കുകൂട്ടലിൽ തീർത്തും തെറ്റുപറ്റിയിരിക്കുന്നു എന്നു മനസ്സിലാക്കുകയും ചെയ്തു.

കുട്ടികൾ ജനിച്ചുവീണുകഴിഞ്ഞാൽ ഒരുവർഷം അമ്മയുടെ പാലുകുടിച്ചു ജീവിക്കുന്നു എന്നതു സത്യമാണ്. അമ്മയ്ക്ക് ഭിക്ഷാടനംമൂലം കിട്ടുന്ന തുച്ഛമായ പണംകൊണ്ട് ചിലപ്പോൾ ഇതിനിടയ്ക്ക് പോഷകമൂല്യമുള്ള വല്ല വസ്തുക്കളും കുഞ്ഞിനുവേണ്ടി വാങ്ങിക്കൊടുത്തു എന്നും വരാം. ഒരുവയസ്സു തികയുന്ന കൃത്യമായ ആ ഘട്ടത്തിലാണ് എന്റെ പദ്ധതി നടപ്പിലാക്കാൻ ഉദ്ദേശിക്കുന്നത്. അതിനുശേഷമാണ് ആഹാരത്തിനും വസ്ത്രത്തിനുംവേണ്ടി കേഴുന്ന അവർ മാതാപിതാക്കൾക്കും പള്ളിക്കും രാജ്യത്തിനും മറ്റും ഭാരമാകുന്നത്. അവരെ നമുക്ക് മറ്റുള്ളവരുടെ ആഹാരവസ്ത്രാവശ്യങ്ങൾക്കായി പ്രയോജനപ്പെടുത്താം എന്നാണു ഞാൻ പറയുന്നത്.

എന്റെ പദ്ധതികൊണ്ടുള്ള മറ്റൊരു നേട്ടം, സ്വമേധയായുള്ള ഗർഭച്ഛിദ്രം ഒഴിവാക്കപ്പെടും എന്നതാണ്. നമ്മുടെ നാട്ടിൽ പതിവായിട്ടുള്ള, അമ്മമാരാൽ മക്കൾ കൊലചെയ്യപ്പെടുന്ന ഭീകരവും മൃഗീയവും പ്രാകൃതവുമായ നടപടികൾക്ക് അറുതിവരുത്താം എന്നതാണ് മറ്റൊരു നേട്ടം.

ഈ രാജ്യത്തെ ആത്മാക്കളുടെ എണ്ണം പതിനഞ്ചുലക്ഷമായി കണക്കാക്കപ്പെടുന്നു. ഇതിൽ രണ്ടു ലക്ഷം ദമ്പതിമാരിലെ അമ്മമാർ മുലയൂട്ടുന്നവരുണ്ട് എന്നു കരുതാം. ഇവരിൽ 30,000 പേർക്ക് അവരുടെ മക്കളെ

വളർത്താനുള്ള പ്രാപ്തി ഉണ്ടാകും. രാജ്യത്തെ ഇന്നത്തെ ദുരിതപൂർണ്ണമായ അവസ്ഥയിൽ അത്രതന്നെ ഉണ്ടാകുമോ എന്നു ഞാൻ സംശയിക്കുന്നു. ഇതു കുറച്ചാൽ ബാക്കി ഒരു ലക്ഷത്തിയെഴുപതിനായിരം പേരാണ് മുലയൂട്ടുന്ന അമ്മമാർ. ഗർഭം അലസുന്നതുമൂലമോ ഒരു വയസ്സിനുള്ളിൽ അപകടം സംഭവിച്ചോ രോഗംമൂലമോ മരിക്കുന്ന കുഞ്ഞുങ്ങളുടെ സംഖ്യ അമ്പതിനായിരം വരും. ബാക്കിയുള്ളതു ഒരു ലക്ഷത്തിയിരുപതിനായിരം കുഞ്ഞുങ്ങളാണ്. ഇത് ഒരു വർഷത്തെ കണക്കാണ്. ഈ കുഞ്ഞുങ്ങളെ എങ്ങനെ പരിപാലിക്കും അല്ലെങ്കിൽ പ്രയോജനപ്പെടുത്തും എന്നതാണ് പ്രശ്നം. ഞാൻ നേരത്തേ പറഞ്ഞതുപോലെ ഇന്നത്തെ സാഹചര്യത്തിൽ, ഇതുവരെ നിർദ്ദേശിക്കപ്പെട്ട എല്ലാ രീതികളും അപ്രായോഗികമാണ്. ഇവരെ കൈത്തൊഴിലുകളിലോ കാർഷികവൃത്തിയിലോ പങ്കാളികളാക്കാനാവില്ല. അവർക്കുവേണ്ടി വീടുകൾ നിർമ്മിക്കുകയോ, ഈ രാജ്യത്ത് കൃഷി ചെയ്യുകയോ ചെയ്യുന്നില്ല. അവർക്ക് ആറു വയസ്സാകുംവരെ മോഷ്ടിച്ചു ജീവിക്കാനും നിവൃത്തിയില്ല. കാവൻ കൗണ്ടിയിലുള്ള ഒരു വിദഗ്ദ്ധൻ അറിയിച്ചതനുസരിച്ചാണെങ്കിൽ ഈ രാജ്യത്താകമാനം കണക്കിലെടുക്കുമ്പോൾ മോഷണകലയിൽ വൈദഗ്ദ്ധ്യം നേടിയവരിൽ ആറുവയസ്സിൽ താഴെയുള്ളവർ ഒന്നോ രണ്ടോ പേർ മാത്രമാണ്.

പന്ത്രണ്ടുവയസ്സിൽത്താഴെയുള്ള കുട്ടികൾ വില്പനച്ചരക്കാവുകയില്ല എന്നാണ് നമ്മുടെ വ്യാപാരികൾ എന്നോടു പറഞ്ഞത്. പന്ത്രണ്ടുവയസ്സായാൽത്തന്നെ മൂന്നോ അങ്ങേയറ്റം മൂന്നരയോ പൗണ്ടാണ് ഒരു കുട്ടിക്കു ലഭിക്കുക. അത് രാജ്യത്തിന് ഒരു വരുമാനമാവുകയില്ല; മാതാപിതാക്കൾക്ക് പോഷകവസ്തുക്കളും തുണിയും വാങ്ങാനുള്ള വിലയുടെ നാലിലൊന്നും ആവുകയുമില്ല.

അതുകൊണ്ട്, യാതൊരു എതിർപ്പിനും വിധേയമാവാൻ സാദ്ധ്യതയില്ലാത്ത എളിയ ചിന്തകൾ ഞാൻ സമർപ്പിക്കുകയാണ്:

ലണ്ടനിലുള്ള എന്റെ ഒരു അമേരിക്കൻ സുഹൃത്ത് എനിക്കു തന്ന ഉറപ്പ് അനുസരിച്ച്, നേരാംവണ്ണം പരിപാലിക്കപ്പെട്ട ആരോഗ്യമുള്ള ഒരു വയസ്സായ ശിശുവിനെ വേവിക്കയോ പൊരിക്കുകയോ പൊള്ളിക്കുകയോ പുഴുങ്ങുകയോ ചെയ്താൽ പോഷകസമൃദ്ധവും സ്വാദിഷ്ടവുമായ വിശിഷ്ടവിഭവമാകും. മറ്റേതൊരു ഇറച്ചിക്കഷണവുംപോലെ ഇതും സൽക്കാരത്തിനു വിളമ്പാവുന്നതാണ് എന്നതിൽ എനിക്കൊരു സംശയവുമില്ല. അതിനാൽ എന്റെ നിർദ്ദേശം ഞാൻ പൊതുജന പരിഗണനയ്ക്കായി സമർപ്പിക്കുകയാണ്. മുൻപു കണക്കാക്കിയതനുസരിച്ചുള്ള ഒരു ലക്ഷത്തിയിരുപതിനായിരം കുട്ടികളിൽ ഇരുപതിനായിരം പേരെ പ്രത്യുല്പാദനത്തിനായി പരിപാലിക്കാം. അതിൽത്തന്നെ ആൺകുട്ടികൾ നാലിലൊന്നുമതിയാകും. അത് അധികമാണെന്നറിയാം. കാരണം ആടുകളുടെയോ മറ്റു കന്നുകാലികളുടെയോ പന്നിയുടെയോ കാര്യത്തിൽ ഈ സംഖ്യ അനുവദിക്കാറില്ല. ഈ നാലിലൊന്നു വരുന്ന കുട്ടികൾ,

വിവാഹത്തെ കാര്യമായി ഗണിക്കാത്ത ഒരു സമൂഹത്തിൽ അധികപ്പറ്റാണ്. സൂക്ഷ്മം പറഞ്ഞാൽ ഒരു പുരുഷൻ മതിയാകും നമ്മുടെ സ്ത്രീകൾക്കെല്ലാം കൂടി. ബാക്കിയുള്ളത് ഒരു ലക്ഷം കുട്ടികളാണ്. ഇവരെ സർക്കാർ തന്നെ മേന്മയും ഭാഗ്യവും ഉള്ള വ്യക്തികൾക്ക് വില്ക്കാവുന്നതാണ്.

ഒരുവർഷം തികയുന്നതിനുമുൻപുള്ള അവസാനമാസത്തിൽ കഴിയുന്നത്ര പാലുകൊടുത്തു കുട്ടികളെ കൊഴുപ്പിക്കാൻ അമ്മമാർക്ക് സർക്കാർ മുൻകൂട്ടി നിർദ്ദേശം നല്കിയിരിക്കേണ്ടതാകുന്നു. സുഹൃത്തുക്കൾ കൂടിയുള്ള ഒരു പാർട്ടിക്കാണെങ്കിൽ രണ്ടു തവണ വിളമ്പാൻ ഒരു ശിശു മതി. ഒരു കുടുംബത്തിനു മാത്രമാണെങ്കിൽ, വിശേഷിച്ചും തണുപ്പുകാലത്ത് അല്പം കുരുമുളകും ഉപ്പും കൂട്ടി ഉപയോഗിക്കുന്ന പക്ഷം നാലുദിവസത്തേക്കു തികയും.

എന്റെ ഒരു കണക്കുകൂട്ടലനുസരിച്ച് നവജാതശിശുവിന് 12 പൗണ്ട് ഭാരമാണെങ്കിൽ, ന്യായമായ പരിപാലനംകൊണ്ട് ഒരുവർഷം കഴിയുമ്പോൾ 28 പൗണ്ട് ആയി വർദ്ധിച്ചിരിക്കും. ഭൂപ്രഭുക്കൾക്ക് ഈ ഭക്ഷണം വളരെ പ്രിയംകരമായിരിക്കും. കാരണം, മാതാപിതാക്കളെ അവർ നേരത്തേ സ്വന്തമാക്കിയതിനാൽ കുട്ടികളിൽ ഉടമസ്ഥാവകാശം ഉണ്ടാകുമല്ലോ. ശിശുമാംസം വർഷം മുഴുവൻ നല്കാൻ സാധിക്കും. മാർച്ച് മാസത്തിൽ അത് സമൃദ്ധമാകും എന്നാണ് പ്രഗത്ഭനായ ഫ്രഞ്ച് ഡോക്ടറും കുഴിമാടങ്ങളുടെ ഗ്രന്ഥകാരനുമായ ഒരു മാന്യദേഹം രേഖപ്പെടുത്തിയത്. കാരണം റോമൻ കാത്തലിക് രാജ്യങ്ങളിൽ നൊയമ്പിനെത്തുടർന്നുള്ള ഒൻപതുമാസത്തിനുശേഷമാണ് വർദ്ധിച്ചതോതിൽ കുഞ്ഞുങ്ങൾ ജനിക്കുന്നത് എന്ന് അദ്ദേഹം കണ്ടുപിടിക്കുകയുണ്ടായി. ചന്തകളിൽ ശിശുമാംസംകൊണ്ട് അക്കാലം നിറഞ്ഞിരിക്കും. ഈ രാജ്യത്ത് മൂന്നിലൊരു കുഞ്ഞ് എന്ന കണക്കിൽ പോപ്പുമായി ബന്ധപ്പെട്ടതാകും. അവരുടെ എണ്ണം കുറയ്ക്കുകവഴി സമാന്തരമായ മറ്റൊരു നേട്ടവും ഉണ്ടാകുന്നു.

ഒരുവർഷം ഒരു യാചകന്റെ ഒരു കുട്ടിയെ, ആഹാരവും വസ്ത്രവും ഉൾപ്പെടെ പരിപാലിക്കുന്നതിന് രണ്ട് ഷില്ലിങ് ചെലവാകുമെന്നു കണക്കാക്കുന്നു. 'യാചകൻ' എന്ന പദത്തിൽ കുടിൽ വാസികളും തൊഴിലാളികളും കൃഷിക്കാരുടെ അഞ്ചിൽ നാലു കുട്ടികളും ഉൾപ്പെടും. അതുകൊണ്ട് തടിച്ചുകൊഴുത്ത ഒരു ശിശുശവത്തിന് പത്തു ഷില്ലിങ് നല്കാൻ ഒരു മാന്യനും സങ്കടപ്പെടുകയില്ല എന്ന് ഞാൻ വിശ്വസിക്കുന്നു. കാരണം, ഞാൻ മുൻപു പറഞ്ഞതുപോലെ ഒരാൾക്ക് കുടുംബവുമൊത്തോ സുഹൃത്തുമൊത്തോ പോഷകസമൃദ്ധമായ നാലു സൽക്കാരത്തിന് അതു തികയും. അങ്ങനെ ജന്മിമാർക്ക് നല്ല ഭൂവുടമകളാകാം; കുടിയാന്മാർക്കിടയിൽ പ്രശസ്തരാകാം; അമ്മമാർക്ക് എട്ടു ഷില്ലിങ് അറ്റാദായം ലഭിക്കും. അടുത്ത കുഞ്ഞിനെ ഉല്പാദിപ്പിക്കാൻ അവർ വേഗം പ്രാപ്തരാവുകയും ചെയ്യും. കാലം ആവശ്യപ്പെടുന്നതുകൊണ്ട് മിതവ്യയം പാലി

ക്കുന്നവർക്കുവേണ്ടി ഒരു നിർദ്ദേശമുള്ളത്, ശിശുവിന്റെ മൃതദേഹത്തിൽനിന്ന് തൊലിയുരിച്ച് കൃത്രിമമായ ആവരണം നല്കിയിട്ട് സ്ത്രീകൾക്കുള്ള കൈയുറയും പുരുഷന്മാർക്കുള്ള ബൂട്ടും നിർമ്മിക്കാം എന്നുള്ളതാണ്.

ഡബ്ളിൻ നഗരത്തിൽ സൗകര്യപ്രദമായ സ്ഥലങ്ങളിൽ കശാപ്പു കേന്ദ്രങ്ങൾ സ്ഥാപിക്കുകയും കശാപ്പുകാരെ നിയോഗിക്കുകയും വേണം. കുഞ്ഞുങ്ങളെ ജീവനോടെ വാങ്ങുന്നതിനാണ് ഞാൻ ശുപാർശ ചെയ്യുക. പന്നികളുടെ കാര്യത്തിലെന്നപോലെ, ചൂടോടെയിരിക്കുമ്പോൾ കത്തി പ്രയോഗിക്കുകയും പൊതിഞ്ഞുകെട്ടുകയും ചെയ്യുന്നതാണ് നല്ലത്.

മാന്യനും യഥാർത്ഥ രാജ്യസ്നേഹിയും ഞാൻ ബഹുമാനിക്കുകയും ചെയ്യുന്ന ഒരാൾ ഒരിക്കൽ ഇക്കാര്യം സംസാരിക്കവേ എന്റെ പദ്ധതിയിൽ അല്പം ഭേദഗതി നിർദ്ദേശിക്കുകയുണ്ടായി. ഈ രാജ്യത്തെ മാന്യന്മാരായ വളരെയധികം ആളുകൾ, അവരുടെ മാനുകളെ വേട്ടയാടി കൊന്നുതീർത്തതുകൊണ്ട്, അവർക്കാവശ്യമായ മാനിറച്ചിക്കു തത്തുല്യമായ പ്രയോജനംചെയ്യുന്നതാണ് പന്ത്രണ്ടു വയസ്സിനും പതിന്നാലു വയസ്സിനും മദ്ധ്യേയുള്ള കുട്ടികളുടെ ഇറച്ചി എന്നും, ജോലിയോ കൂലിയോ ഇല്ലാതെ ദാരിദ്ര്യത്തിൽ കഴിയുന്ന ഈ പ്രായപരിധിയിലുള്ള ആൺകുട്ടികളും പെൺകുട്ടികളും വളരെയധികം എല്ലാ രാജ്യങ്ങളിലും ഉണ്ടെന്നും അദ്ദേഹം പറയുകയുണ്ടായി. ഇങ്ങനെയുള്ളവരെ ഒഴിവാക്കാൻ മാതാപിതാക്കളും, അവരില്ലെങ്കിൽ അടുത്ത ബന്ധുക്കളും തയ്യാറാകണമെന്നും അദ്ദേഹം അഭിപ്രായപ്പെട്ടു. ബുദ്ധിമാനായ അദ്ദേഹത്തോടുള്ള ആദരവു നിലനിർത്തിക്കൊണ്ടുതന്നെ ഞാൻ പറയട്ടെ, ആ നിർദ്ദേശം പൂർണ്ണമായും ഉൾക്കൊള്ളാൻ എനിക്കു കഴിയുന്നില്ല. കാരണം ആൺകുട്ടികളെ സംബന്ധിച്ചിടത്തോളം നമ്മുടെ സ്കൂൾ കളികളുടെ കാര്യത്തിലെന്നപോലെ, നിരന്തരമായ കായികാഭ്യാസംമൂലം അവരുടെ ശരീരം മെലിഞ്ഞതും മാംസം കാഠിന്യമുള്ളതും, അതുകൊണ്ടുതന്നെ രുചിയില്ലാത്തതുമാണ്. അവരെ ആഹാരം കൊടുത്തു കൊഴുപ്പിക്കുക എന്നത് ആലോചിക്കുകയും വയ്യ. പെൺകുട്ടികളുടെ കാര്യമാണെങ്കിൽ അവർ വേഗം പാലൂട്ടാൻ യോഗ്യരാകുന്നവരാണ്. അതിനാൽ അവരെ ഒഴിവാക്കുന്നത് സമൂഹത്തിനു വലിയ നഷ്ടം വരുത്തിവയ്ക്കും. മാത്രമല്ല, ഏതാനും കുബുദ്ധികൾ ഇതിനെതിരെ നടപടികൾ സ്വീകരിക്കാനും സാദ്ധ്യതയുണ്ട്.

എന്റെ സുഹൃത്ത് ഇതു പറഞ്ഞതിന് ഒരു ന്യായീകരണമുണ്ട്. ആരോഗ്യകരമല്ലെങ്കിലും സൗകര്യപ്രദമായ ഈ നടപടി അദ്ദേഹത്തിന്റെ തലയിൽ പ്രതിഷ്ഠിച്ചത് ഫൊർമോസ ദ്വീപുകാരനും ഇരുപതുവർഷമായി ലണ്ടൻവാസിയുമായ ഒരാളാണ്. അദ്ദേഹത്തിന്റെ രാജ്യത്ത് മരണശിക്ഷയ്ക്ക് വിധിക്കപ്പെട്ട യുവാക്കളുടെ മൃതദേഹം മാന്യന്മാർക്ക് സ്വാദിഷ്ടവിഭവം എന്ന നിലയിൽ വില്ക്കാറുണ്ട് എന്നും രാജാവിനു വിഷം നല്കാൻ ശ്രമിച്ച പതിനഞ്ചു വയസ്സുള്ള ഒരു പെൺകുട്ടിയുടെ

മൃതദേഹം സഹമന്ത്രിക്കും കോടതിയിലെ ഉദ്യോഗസ്ഥർക്കുമായി തൂക്കുമരത്തിൽ വച്ചുതന്നെ നാനൂറു പൗണ്ടിനു വിറ്റ സംഭവമുണ്ട് എന്നും അദ്ദേഹം പറഞ്ഞു. എനിക്കിതും നിഷേധിക്കാനാവില്ല.

നൈരാശ്യത്തിനടിപ്പെട്ട ചിലരാകട്ടെ, വാർദ്ധക്യമോ രോഗമോ വൈകല്യമോ ബാധിച്ച പാവപ്പെട്ടവരെപ്പറ്റി വ്യാകുലപ്പെടുന്നുണ്ട്. രാജ്യത്തിന്റെ സങ്കടകരമായ ഈ ബാദ്ധ്യത ലഘൂകരിക്കുന്നതിനെപ്പറ്റിയും ഞാൻ ചിന്തിക്കുകയുണ്ടായി. അതിനെപ്പറ്റി ചിന്തിച്ച് ഞാൻ അത്രകണ്ട് വിഷമിക്കുന്നില്ല. പ്രതീക്ഷിക്കുന്ന ന്യായമായ വേഗത്തിൽത്തന്നെ ശൈത്യമോ ദാരിദ്ര്യമോ രോഗമോ ക്ഷുദ്രജീവികളോ മുഖാന്തരം ദിനം പ്രതി അവർ മരിക്കുന്നുണ്ട് എന്നതാണ് അതിനു കാരണം. തൊഴിലിൽ ഏർപ്പെട്ട ബാലരുടെ സ്ഥിതി ഏതാണ്ട് ആശാവഹമാണ്. കാരണം, അവർക്ക് തൊഴിൽ ലഭിക്കുന്നില്ല എന്നതുകൊണ്ട് പോഷകഗുണമുള്ള ആഹാരം കഴിക്കാനാവാതെ, അഥവാ തൊഴിലിൽ ഏർപ്പെട്ടാലും അതുചെയ്യാൻ ആരോഗ്യമില്ലാതെ വേഗം ഒഴിവാകുമെന്നതിനാൽ രാജ്യത്തിന് ദുർഗ്ഗതി മാറിക്കിട്ടും.

പ്രധാനവിഷയത്തിൽനിന്ന് ഞാൻ ഏറെ വ്യതിചലിച്ചിരിക്കുന്നു. തിരിച്ചുവരാം. എന്റെ നിർദ്ദേശംകൊണ്ടുള്ള നേട്ടങ്ങൾ വളരെ വ്യക്തമാണ്, വളരെയധികം പ്രാധാന്യമർഹിക്കുന്നതുമാണ്.

ഒന്നാമതായി, ഞാൻ നേരത്തേ രേഖപ്പെടുത്തിയതുപോലെ പോപ്പുമായി ബന്ധപ്പെട്ടവ (കത്തോലിക്ക) രുടെ എണ്ണം അതു കുറയ്ക്കും. അവരാണല്ലോ വർഷംപ്രതി ഏറെ വർദ്ധിക്കുന്നത്. അവരെയാണല്ലോ രാജ്യത്തിന് ഏറെ ഊട്ടിവളർത്തേണ്ടത്, അവരാണല്ലോ ഭരണകൂടത്തിന്റെ ശത്രുക്കൾ, അവരാണല്ലോ ഭരണവർഗ്ഗത്തെ ഒഴിവാക്കി സ്നേഹം നടിക്കുന്ന സ്പെയിനിനുവേണ്ടി പണിയുന്നവർ. രാജ്യം വിട്ടുപോകുന്ന പ്രൊട്ടസ്റ്റന്റുകാരിൽനിന്നും വ്യത്യസ്തരായി ബിഷപ്പുമാരും വികാരിമാരും നിശ്ചയിക്കുന്ന നികുതിനല്കി സ്വരാജ്യത്തു വസിക്കാൻ വിധിക്കപ്പെട്ടവർ അവരാണല്ലോ.

രണ്ടാമതായി, പാവപ്പെട്ട കുടിയാന്മാർക്ക് അവരുടേതായി എന്തെങ്കിലും ഉണ്ടാകും. അത് ദുരിതത്തിന്റെ പേരിൽ നിയമത്തിനു വിധേയമാക്കി, ഭൂപ്രഭുക്കൾക്ക് വാടക കൊടുക്കാനോ ഭൂപ്രഭുക്കൾ അവരിൽനിന്നു പിടിച്ചെടുത്ത ചോളത്തിനോ കന്നുകാലിക്കോ നല്കാനുള്ള തുകയടയ്ക്കാനോ പ്രയോജനപ്പെടുത്താം.

മൂന്നാമതായി, രണ്ടുവർഷമോ അതിനുമുകളിലോ പ്രായമുള്ള ഒരു ലക്ഷം കുട്ടികളെ പരിപാലിക്കുന്നതിന് ഒരാൾക്ക് ഒരു വർഷം കുറഞ്ഞത് പത്തു ഷില്ലിങ് എന്നു കണക്കുകൂട്ടിയാൽ രാജ്യത്തിന് ഒരുവർഷം അമ്പതിനായിരം പൗണ്ട് മുതൽക്കൂട്ടാനാകും. മാത്രമല്ല, പുതുരുചി താല്പര്യപ്പെടുന്ന രാജ്യത്തെ പ്രമുഖർക്ക് പുതിയൊരു ഭക്ഷ്യവിഭവം ലഭിക്കും എന്ന നേട്ടവുമുണ്ട്. നാടൻ വിഭവമാണെന്നതും അതു നമ്മുടെ വളർച്ചയ്ക്കുള്ള വളമാകുമെന്നും പണം നമ്മുടെ രാജ്യത്തുതന്നെ ചുറ്റിക്കറങ്ങിക്കൊണ്ടിരിക്കും എന്നതും എടുത്തുപറയണം.

നാലാമതായി, സ്ഥിരമായി പാലൂട്ടുന്ന അമ്മമാർക്ക്, മക്കളെ വില്ക്കുന്നതിലൂടെ പ്രതിവർഷം എട്ടു ഷില്ലിങ് ലഭിക്കുന്നതിനു പുറമേ ഒരുവർഷം പരിപാലിക്കുന്നതിനപ്പുറമുള്ള ചുമതലയിൽനിന്ന് അവർ ഒഴിവാകുകയും ചെയ്യുന്നു.

അഞ്ചാമതായി, സത്രങ്ങളിൽ ഇതു പ്രിയപ്പെട്ട വിഭവമാകും. വീഞ്ഞു വില്പനക്കാരും ഇതുകൊണ്ടു വിവിധയിനം നല്ല വിഭവങ്ങളുണ്ടാക്കും. വില്പനകേന്ദ്രങ്ങളിലും സത്രങ്ങളിലും ഇതുമൂലം മാന്യന്മാരുടെ തിരക്കു വർദ്ധിക്കുകയും, അതിഥികളെ ചെലവേറിയ വിഭവങ്ങളുമായി മാന്യമായി സൽക്കരിക്കുവാൻ അതിഥിമന്ദിരങ്ങളിലെ പാചകക്കാർ ശ്രദ്ധിക്കുകയും ചെയ്യും.

ആറാമതായി, ഈ പദ്ധതി വിവാഹത്തിനു നല്ലൊരു പ്രേരണയാകും. പ്രോത്സാഹനസമ്മാനങ്ങൾ നല്കിയോ നിയമവും ശിക്ഷയുംകൊണ്ടോ ഇതു നടപ്പാക്കാവുന്നതാണ്. ഇത് തീർച്ചയായും അമ്മമാർ കുട്ടികൾക്കു നല്കുന്ന ശ്രദ്ധയും വാത്സല്യവും വർദ്ധിക്കുന്നതിനിടയാക്കും. ചെലവിനു പകരം ആദായംലഭിക്കുന്ന ഒരു പൊതു അംഗീകൃതപരിപാടി നടപ്പാകുന്നത് പാവപ്പെട്ടവർക്ക് വലിയ ആശ്വാസമാകും. ഏറ്റവും കൊഴുത്തു തടിച്ച കുട്ടിയെ വിപണിയിൽ എത്തിക്കുന്നതിനുള്ള മാന്യമായ ഒരു കിടമത്സരം വിവാഹിതരായ സ്ത്രീകൾക്കിടയിൽ നമുക്കു കാണാൻ സാധിക്കും. പുരുഷന്മാർ അവരുടെ ഭാര്യമാരിൽ പ്രത്യേക ശ്രദ്ധയുള്ളവരായിത്തീരും, ഗർഭിണികളായ കുതിരകളിലും പന്നികളിലും ശ്രദ്ധിക്കുന്നതുപോലെ. ഇപ്പോൾ പതിവുള്ള മർദ്ദനത്തിൽനിന്ന് സ്ത്രീകൾക്ക് ഗർഭകാലത്തെങ്കിലും ആശ്വാസം ലഭിക്കും. ഗർഭം അലസിപ്പിക്കുന്നതിനുള്ള സമ്മർദ്ദവും കുറയും.

ഇനിയും പല ഗുണങ്ങളും ഇതുമൂലം ഉള്ളതായി കണക്കാക്കിയിട്ടുണ്ട്. ഉദാഹരണത്തിന് പന്നിയിറച്ചിയും ബീഫും എന്നപോലെ ഇതും ബാരലുകളിലാക്കി കയറ്റുമതി ചെയ്യാം. ഉപ്പിട്ടുണക്കിയ മാംസമുണ്ടാക്കുന്ന കല വികസിപ്പിക്കാം. ഇതിനുവേണ്ടി വർദ്ധിച്ചതോതിൽ പന്നികളെ നശിപ്പിക്കുന്നതിന് അയവു വരുത്താം. മുഴുവനായി പൊരിച്ചെടുത്ത ഒരു ശിശുദേഹം മതിയാകും മേയറുടെ ഒരു പൊതുസൽക്കാരത്തിന്. എന്നാൽ സംക്ഷിപ്തതയ്ക്കുവേണ്ടി മറ്റു പലതും ഞാനിവിടെ ഉപേക്ഷിക്കുകയാണ്.

ഈ നഗരത്തിൽ ആയിരം കുടുംബങ്ങൾ സ്ഥിരമായി ശിശുമാംസത്തിന്റെ ഉപഭോക്താക്കളാകുമെന്നും ബാക്കിയുള്ളവർ കല്യാണം, മാമോദീസ തുടങ്ങിയ വിശേഷാവസരങ്ങളിലും സംഗമങ്ങളിലും ഇതുപയോഗിക്കുമെന്നും കണക്കാക്കിയാൽ പ്രതിവർഷം ഡബ്ലിൻ ഇരുപതിനായിരം ശിശുശവങ്ങൾ പ്രയോജനപ്പെടുത്തും. മറ്റുള്ള ദേശങ്ങളിലായി രാജ്യത്ത് (അവിടങ്ങളിൽ വില കുറച്ചു നല്കാനാകും) മൊത്തത്തിൽ ബാക്കിയുള്ള എണ്ണായിരവും ഉപയോഗിക്കും.

രാജ്യത്തെ പ്രജകളുടെ എണ്ണത്തിൽ ക്രമേണ കുറവുണ്ടാകും എന്ന

തൊഴിച്ചാൽ മറ്റൊരു വിമർശനവും ഉണ്ടാകുമെന്നു ഞാൻ കരുതുന്നില്ല. അതു ഞാൻ സമ്മതിക്കുന്നു. ഞാൻ ലോകത്തിനു സമർപ്പിക്കുന്ന പ്രധാനപ്പെട്ട രൂപകല്പന അതുതന്നെ. ഈ പദ്ധതി അയർലണ്ട് മാത്രം ഉദ്ദേശിച്ചിട്ടുള്ളതാണെന്ന് വായനക്കാരൻ മനസ്സിലാക്കണമെന്ന് ഞാൻ ആഗ്രഹിക്കുന്നു. മറ്റു പ്രശ്നങ്ങൾക്കുള്ള പരിഹാരമാർഗ്ഗങ്ങൾ ആരും എന്നോടു ചോദിക്കരുത്. വസ്ത്രം ഉപയോഗിക്കാതിരിക്കൽ, വീട്ടുപകരണങ്ങൾ ഇല്ലാതിരിക്കൽ; വിദേശാഡംബരങ്ങൾക്കുവേണ്ടി നമ്മുടെ സാധനങ്ങളും ഉപകരണങ്ങളും ഉപേക്ഷിക്കൽ; അഹങ്കാരം, പൊങ്ങച്ചം, ആലസ്യം, കായികവിനോദം എന്നിവയ്ക്കുവേണ്ടി സ്ത്രീകൾ അമിതമായി പണം വ്യയം ചെയ്യൽ; മിതവ്യയം, സത്യസന്ധത, സൽസ്വഭാവം തുടങ്ങിയവ പഠിപ്പിക്കൽ, രാജ്യസ്നേഹം വളർത്തൽ; ശത്രുതയും കലഹവും ഇല്ലാതാക്കൽ അഥവാ ജ്യൂസുകളെപ്പോലെ തമ്മിൽത്തമ്മിൽ കൊല്ലാതിരിക്കൽ; സ്വരാജ്യത്തെയും സ്വമനസ്സാക്ഷിയെയും വില്ക്കാതിരിക്കുന്നതിനു ശ്രദ്ധയുണ്ടാക്കൽ; കുടിയാന്മാരോട് തെല്ല് കരുണയുണ്ടാകണമെന്ന് ഭൂപ്രഭുക്കളെ പഠിപ്പിക്കൽ തുടങ്ങിയവയെപ്പറ്റി ഒന്നുംതന്നെ എന്നോടു ചോദിക്കരുത്.

അവസാനമായി ഒരു കാര്യം കൂടി. നമ്മുടെ കടയുടമകൾക്ക് മാന്യത, അദ്ധ്വാനം, നൈപുണ്യം എന്നിവ നല്കൽ, നമ്മുടെ സാധനങ്ങൾതന്നെ വാങ്ങണമെന്ന് ഒരു തീരുമാനമെടുത്താൽ ഉടൻ സംഘംചേർന്ന് കബളിപ്പിക്കാനും, വിലയിലും അളവിലും ഗുണത്തിലും മായം കലർത്താനും പുറപ്പെടുന്നവരെ നന്നാക്കൽ – അതിനെപ്പറ്റിയും എന്നോടു ചോദിക്കരുത്.

ഞാൻ ആവർത്തിക്കുന്നു. ഇത്തരം കാര്യങ്ങളെപ്പറ്റി എന്നോടു ചോദിക്കരുത്. ഇതൊക്കെ പ്രവൃത്തിയിൽ വരുത്താമെന്ന് ചോദിക്കുന്നയാൾക്ക് അല്പമെങ്കിലും പ്രതീക്ഷയുണ്ടാകുന്നതുവരെ എന്നോടിവയെപ്പറ്റി ചോദിക്കരുത്.

ദീർഘകാലം ഇവയെപ്പറ്റിയൊക്കെ ചിന്തിച്ച് അതൊക്കെ വൃഥാവിലാണെന്നും വിജയസാദ്ധ്യത ലേശവുമില്ലെന്നും മനസ്സിലാക്കി ക്ഷീണിച്ച് അവശനായിരുന്ന ഞാൻ ഭാഗ്യത്തിന് ഈ നിർദ്ദേശത്തിലെത്തിയതാണ്.

ഈ നിർദ്ദേശം പൂർണ്ണമായും നൂതനമാണ്, യഥാർത്ഥവും മൂർത്തവുമാണ്; ചെലവില്ലാത്തതും പ്രതിസന്ധിയില്ലാത്തതുമാണ്. നമ്മുടെ നിയന്ത്രണത്തിൽ നില്ക്കുന്നതുമാണ്; ഇംഗ്ലണ്ടിനെ അനുസരിക്കാതിരുന്നു എന്ന അപകടമുണ്ടാക്കാത്തതുമാണ്. നമ്മുടെ രാജ്യത്തെ മുഴുവനോടെ വിഴുങ്ങിക്കൊണ്ടിരിക്കുന്ന ഒരു രാജ്യത്തേക്ക് ഇതു പ്രത്യേകം കയറ്റുമതി ചെയ്യേണ്ടതില്ല.

എന്റെ അഭിപ്രായത്തിന്മേൽ ഒരു വിട്ടുവീഴ്ചയുമില്ലാത്തവണ്ണം ഉറച്ചുനില്ക്കുമെന്നു പറയുന്നില്ല. ബുദ്ധിമാനായ ഒരാൾ ഇതുപോലെ നിഷ്കപടവും ചെലവുകുറഞ്ഞതും ഫലപ്രദവുമായ ഒരു നിർദ്ദേശം വയ്ക്കട്ടെ. എന്റെ പദ്ധതിക്കെതിരായി നിർദ്ദേശം ഉള്ളവരോട് ഞാൻ രണ്ടു കാര്യ

ങ്ങൾ മുൻകൂട്ടി പറയുന്നു. ഒരു ലക്ഷത്തോളംവരുന്ന ഉപയോഗശൂന്യമായ വായകൾക്കും ബാക്കിയുള്ളവർക്കും എവിടെനിന്ന് ഭക്ഷണവും വസ്ത്രവും കൊടുക്കും എന്നു പറയണം. രണ്ടാമത്, മനുഷ്യരൂപത്തിൽ ഈ രാജ്യത്തുള്ള ദശലക്ഷം പേരുടെ കാര്യമാണ്. അവരുടെ 20 ലക്ഷം പൗണ്ട് സ്റ്റെർലിന്റെ കടം ഓർമ്മിക്കണം, തൊഴിലുകൊണ്ട് യാചകരായിരിക്കുന്ന സ്ഥിതി ഓർമ്മിക്കണം. എന്റെ ഗഹനമായ ചിന്തകളെ എതിർക്കുന്ന രാഷ്ട്രീയക്കാർ, ജീവച്ഛവങ്ങളായ കുട്ടികളുടെ രക്ഷിതാക്കളോട്, എന്റെ പദ്ധതിയിൽ പറയുന്നതനുസരിച്ച് ഒരു വയസ്സെത്തുന്ന കുഞ്ഞുങ്ങളെ വില്ക്കുന്നതും പണം ലഭിക്കുന്നതും സന്തോഷപ്രദമല്ലേ എന്ന് തിരക്കണം. അങ്ങനെ സൗഭാഗ്യങ്ങളെ ഇല്ലാതാക്കുന്നതിനുമുൻപ്, അവർ ഭൂപ്രഭുക്കൾക്ക് വാടകയൊടുക്കാനും ജീവൻ നിലനിർത്താനും, പാർപ്പിടം, വസ്ത്രം എന്നിവ കരസ്ഥമാക്കാനും ഇപ്പോൾ നേരിടുന്ന ദുരിതവും പ്രതിസന്ധികളും മനസ്സിലാക്കണം.

ഞാൻ ആത്മാർത്ഥമായി പ്രഖ്യാപിക്കുകയാണ്, ഈ പദ്ധതി നടപ്പിലാക്കുന്നതിന് എനിക്ക് വ്യക്തിപരമായി ഒരു താല്പര്യവുമില്ല. ഈ രാജ്യത്തെ ജനങ്ങളുടെ നന്മ മാത്രമേ ഞാൻ ലക്ഷ്യമാക്കുന്നുള്ളു. വാണിജ്യം വികസിക്കും, കുഞ്ഞുങ്ങളുടെ പ്രശ്നം പരിഹൃതമാകും, പാവപ്പെട്ടവർക്ക് ഒരു ആശ്വാസമാകും, പണക്കാർക്കും അല്പം സന്തോഷം ലഭിക്കും. എനിക്കു കുട്ടികളില്ല, ഒരു ചില്ലിക്കാശും ആ വഴി എനിക്കു നേട്ടമുണ്ടാകുന്നില്ല. എന്റെ ഇളയമകന് ഒൻപത് വയസ്സായി എന്നതും ഭാര്യയുടെ പ്രസവകാലം കഴിഞ്ഞു എന്നതും ഞാൻ രേഖപ്പെടുത്തട്ടെ.

ഓറഞ്ചുവില്പനക്കാരൻ അഥവാ സത്യസന്ധനായ ബാലനും കള്ളനും

(ബാലകഥ)

– മരിയ എഡ്ജ്‌വർത്ത്

The Orange Man; OR The Honest Boy and the Thief

- Maria Edgeworth

[കുട്ടികൾക്കുവേണ്ടി യഥാതഥകഥകൾ ആദ്യമായി എഴുതിയ ഐറിഷ് സാഹിത്യകാരിയാണ് മരിയ എഡ്ജ്‌വർത്ത് (1768–1849). മുതിർന്നവർക്കുവേണ്ടിയും അവർ നിരവധി കഥകൾ എഴുതിയിട്ടുണ്ട്. *ലെറ്റേഴ്സ് ഫോർ ലിറ്ററി ലേഡീസ്* (1795), *ആൻ എസ്സേ ഒൺ ദ നോബിൾ സയൻസ് ഓഫ് സെൽഫ് ജസ്റ്റിഫിക്കേഷൻ* (1795), *മോറൽ ടെയിൽസ്* (1801), *പോപ്പുലർ ടെയിൽസ്* (1804), *മോറൽ ടെയിൽസ് ഫോർ യങ് പീപ്പിൾ* (1805), *ദ ആബ്സന്റി* (1812), *ഹാരിങ്ടൺ* (1817) തുടങ്ങി നിരവധി കൃതികൾ രചിച്ചു.

മരിയ എഡ്ജ്‌വർത്ത് രചിച്ച *ഓറഞ്ചുവില്പനക്കാരൻ അഥവാ സത്യസന്ധനായ ബാലനും കള്ളനും* (1801) എന്ന കഥ കുട്ടികളിൽ മൂല്യബോധം വളർത്തുക എന്നതു ലക്ഷ്യമാക്കുന്നു.]

ചാൾസ് സത്യസന്ധനായ ബാലൻ; നെഡ് കള്ളനും. സ്വന്തമല്ലാത്തതൊന്നും ചാൾസ് തൊടുകപോലും ചെയ്യില്ല. അതാണ് സത്യസന്ധന്റെ ലക്ഷണം.

ചാൾസിന്റെ അച്ഛനുമമ്മയും അവന്റെ ചെറുപ്പംമുതലേ സത്യസന്ധനാകാൻ വേണ്ട പരിശീലനംനല്കുകയും സ്വന്തമല്ലാത്തതെന്തെങ്കിലും എടുത്താൽ ശിക്ഷിക്കുകയും ചെയ്തുവന്നു. നെഡിന്റെ അച്ഛനുമമ്മയും, അവൻ മറ്റുള്ളവരുടെ എന്തെങ്കിലും എടുക്കുന്നതു പ്രോത്സാഹിപ്പിച്ചുംവന്നു. എന്നുമാത്രമല്ല, തെറ്റു ചെയ്തതിന് ഒരിക്കലും ശിക്ഷിച്ചതുമില്ല.

വേനൽക്കാലത്തൊരു ദിവസം ചാൾസ് സ്കൂളിലേക്കുള്ള വഴിയിൽ നടക്കുമ്പോൾ ഭാരമുള്ള കുടയേന്തിയ ഒരു കുതിരയുമായി ഒരാൾ വരുന്നതു കണ്ടു.

റോഡരികിലുള്ള ഒരു സത്രത്തിനുമുന്നിൽ അയാൾ കുതിരയെ നിർത്തി. സത്രത്തിനുള്ളിൽനിന്ന് ഇറങ്ങിവന്ന ഉടമസ്ഥനോട് കുതിരക്കാരൻ പറഞ്ഞു: “കൂടകൾ ഇറക്കിവയ്ക്കാനാവില്ല. ഞാൻ ഭക്ഷണം കഴിച്ചുവരുന്നതുവരെ കുതിരയെ നോക്കാൻ ഒരാളെ ഏല്പിക്കണം. അതിനും എന്തെങ്കിലും ആഹാരം നല്കണം.” സത്രം ഉടമസ്ഥൻ നാലുപാടും നോക്കി. ആരെയും കാണുന്നില്ല. ഈ സമയത്താണ് ചാൾസ് അവിടെ എത്തുന്നത്. കുതിരയെ നോക്കാനാകുമോ എന്ന് ഉടമസ്ഥൻ ചാൾസിനോടു ചോദിച്ചു.

“നോക്കാം” ചാൾസ് മറുപടി നല്കി.

“നിന്നെ വിശ്വസിക്കാമോ... കൂടയിൽ നിറയെ ഓറഞ്ചാണ്. നീ ഓറഞ്ച് എടുത്തുകൊണ്ട് ഓടിക്കളയുമോ?” കുതിരക്കാരൻ ചോദിച്ചു.

സത്രം ഉടമസ്ഥൻ ഇങ്ങനെ പറഞ്ഞു:

“ചാൾസിനെ എനിക്കു നന്നായി അറിയാം. ഒരു കളവിലോ മോഷണത്തിലോ ഇതുവരെ അവൻ ഉൾപ്പെട്ടിട്ടില്ല. അവൻ സത്യസന്ധനാണെന്ന് എല്ലാവർക്കുമറിയാം. നിങ്ങൾ നിങ്ങളുടെ ഓറഞ്ചു സംരക്ഷിക്കുന്നതുപോലെ ചാൾസ് ഈ ഓറഞ്ച് നോക്കിക്കൊള്ളും.”

“അങ്ങനെയാണോ?” ഓറഞ്ചു വില്പനക്കാരൻ പറഞ്ഞു: “ശരി, എന്നാൽ അങ്ങനെതന്നെയാവട്ടെ. ചാൾസിനെത്തന്നെ ഏല്പിക്കാം. ഈ ബാസ്കറ്റിലുള്ള ഏറ്റവും നല്ല ഓറഞ്ച് ഞാൻ അവനു കൊടുക്കാം, ഭക്ഷണം കഴിഞ്ഞുവരുമ്പോൾ.”

“ശരി, ഞാൻ ഓറഞ്ചു നോക്കിക്കൊള്ളാം.” ചാൾസ് സന്തോഷത്തോടെ പറഞ്ഞു.

കുതിരക്കാരൻ കുതിരയുടെ കടിഞ്ഞാൺ ചാൾസിനെ ഏല്പിച്ചു.

ചാൾസ് കുതിരയെയും ഓറഞ്ചുകൂടയെയും നോക്കിനില്ക്കുകയാണ്. അഞ്ചു മിനിറ്റു കഴിഞ്ഞുകാണും, അതാ വരുന്നു നെഡ്.

നെഡ് ചാൾസിന്റെ അടുത്തെത്തി. “നീ എന്താ ഇവിടെ ചെയ്യുന്നത്? ഇതാരുടെ കുതിരയാണ്? ഈ കൂടയ്ക്കകത്ത് എന്താണ്?”

ചാൾസ് പറഞ്ഞു: “കൂടയ്ക്കകത്ത് ഓറഞ്ചാണ്. കുതിരക്കാരൻ സത്രത്തിൽ ഭക്ഷണം കഴിക്കാൻ പോയിരിക്കുന്നു. മേൽനോട്ടം എന്നെ ഏല്പിച്ചിരിക്കുകയാണ്. മടങ്ങിവരുമ്പോൾ എനിക്ക് ഒരു ഓറഞ്ചു തരാമെന്നു പറഞ്ഞിരിക്കുന്നു.”

“ഒരോറഞ്ചോ...” നെഡ് ചോദിച്ചു. “എനിക്കും ഒരു ഓറഞ്ചു കിട്ടിയാൽ നന്നായിരുന്നു. നോക്കട്ടെ, അത് എത്ര വലുതാണെന്ന്.” ഇങ്ങനെ പറഞ്ഞ് നെഡ് കൂടയുടെ അടുത്തെത്തി. കൂട മൂടിയിട്ടുള്ള തുണി ഉയർത്തിക്കൊണ്ട് നെഡ് പറഞ്ഞു: “കൊള്ളാമല്ലോ. വലിയ ഓറഞ്ച്. ഞാൻ അതിലൊന്നു തൊട്ടുനോക്കട്ടെ.”

“തൊടരുത്.” ചാൾസ് പറഞ്ഞു. “അത് നിനക്കുള്ളതല്ല. അതുകൊണ്ട് തൊടരുത്.”

നെഡ് പറഞ്ഞു: “തൊടുന്നതുകൊണ്ട് ദോഷമൊന്നുമില്ല. ഞാൻ

മോഷ്ടിക്കുമെന്നാണോ നീ കരുതുന്നത്." നെഡ് കൂടയിൽ കൈയിട്ട് ഒരു ഓറഞ്ച് എടുത്തു. കൈയിലെടുത്തപ്പോൾ മണപ്പിക്കണമെന്നു തോന്നി. നെഡ് അതു മണപ്പിച്ചു. "നല്ല മണം." നെഡ് പറഞ്ഞു: "നല്ല പാകമായ ഓറഞ്ച്. എനിക്ക് സ്വാദുനോക്കാൻ തോന്നുന്നു. ഒരു തുള്ളി ജ്യൂസ് കുടിച്ചുനോക്കാം." നെഡ് ഓറഞ്ച് കടിക്കാനായി വായോടടുപ്പിച്ചു.

"നീ എന്താ ചെയ്യുന്നത്?" ചാൾസ് നെഡിന്റെ കൈയിൽ ചാടിപ്പിടിച്ചു. "നീ ഓറഞ്ച് മണക്കണമെന്നല്ലേ പറഞ്ഞുള്ളു. അതവിടെ വയ്ക്കൂ, നാണമില്ലാതെ."

"ഓറഞ്ച് നിന്റേതല്ലല്ലോ." നെഡ് ഉറക്കെപ്പറഞ്ഞു.

"അല്ല, എന്റേതല്ല." ചാൾസ് പറഞ്ഞു: "അതു സംരക്ഷിക്കുക എന്നത് എന്റെ ചുമതലയാണ്. ഓറഞ്ച് കൂടയിൽ വയ്ക്കൂ."

"ഓ, അങ്ങനെയെങ്കിൽ ഞാൻ എടുക്കുന്നില്ല. വേണമെന്നുവച്ചാൽ ഞാൻ എടുക്കും. എനിക്ക് നിന്നെക്കാൾ കരുത്തുണ്ട്." നെഡ് പറഞ്ഞു.

"എനിക്ക് നിന്നെ പേടിയൊന്നുമില്ല." ചാൾസ് പറഞ്ഞു: "ഞാൻ ശരിയുടെ ഭാഗത്താണ്." ചാൾസ് നെഡിന്റെ കൈയിൽനിന്ന് ഓറഞ്ചു വാങ്ങി കൂടയിൽ വച്ചു. മാത്രമല്ല, ചാൾസ് നെഡിനെ കൂടയുടെ അടുത്തുനിന്നു തള്ളിമാറ്റുകയും ചെയ്തു.

നെഡ് തിരിഞ്ഞ് ചാൾസിന് ആഞ്ഞൊരടി കൊടുത്തു.

അടികൊണ്ടു വേദനയെടുത്തിട്ടും തന്റെ ഉത്തരവാദിത്വത്തിൽനിന്നു മാറാതെ ഒരു കൈയിൽ കടിഞ്ഞാൺ പിടിച്ചും മറുകൈ കൂടയുടെ മുകളിൽ പിടിച്ചും ചാൾസ് നിന്നു.

നെഡ് കൂടയിൽ കൈയിടാൻ വീണ്ടും ശ്രമിച്ചുവെങ്കിലും നടന്നില്ല. ശക്തികൊണ്ടു കാര്യം നടക്കില്ല എന്നു മനസ്സിലാക്കി നെഡ് കുറുക്കനെപ്പോലെ സൂത്രത്തിൽ ഓറഞ്ച് കൈക്കലാക്കാനായി കൂടയുടെ മറുവശത്ത് പമ്മി നിന്നു.

(സൂത്രശാലികൾ വിചാരിക്കുന്നു, അവർ ബുദ്ധിശാലികളാണെന്ന്. അവരെപ്പോഴും നിസ്സാരരായിപ്പോകുന്നു.)

നെഡ് ഓറഞ്ച് മാത്രം ശ്രദ്ധിച്ച് കൂടയിൽ കണ്ണുംനട്ട് മറ്റെല്ലാം മറന്ന് പമ്മിനടന്ന് കുതിരയുടെ കാലിൽത്തട്ടി. കുതിര കാലെടുത്തു നല്ലൊരു തൊഴികൊടുത്തു. നെഡ് പിറകോട്ടു തെറിച്ചുവീണു.

നെഡ് വേദനകൊണ്ടു പുളഞ്ഞു, കരഞ്ഞുവിളിച്ചു. കരച്ചിൽകേട്ട് എന്താ സംഭവിച്ചതെന്നറിയാൻ ആളുകൾ ഓടിക്കൂടി. സത്രത്തിനകത്തുനിന്ന് ഓറഞ്ചു വില്പനക്കാരനും ഓടിയെത്തി.

നെഡ് തലകുനിച്ച് നിലത്തിരുന്നു. ചാൾസ് അവിടെ നടന്നതെല്ലാം ഓറഞ്ചുകാരനോടു വിവരിച്ചു.

നെഡിന്റെ വേദനയിൽ ആരും പരിതപിച്ചില്ല, ആശ്വസിപ്പിച്ചുമില്ല. "അവൻ ഇതർഹിക്കുന്നു." ഒരാൾ പറഞ്ഞു. "അവന്റേതല്ലാത്ത കൂടയിൽ എന്തിനാ ചെന്നു കൈയിട്ടത്?" മറ്റൊരാൾ. "അവന് ഞാൻ ഒന്നു

കൊടുക്കട്ടെ." ഇനിയൊരാൾ. "ഇനിയെങ്കിലും നന്നായാൽക്കൊള്ളാം." വേറൊരാൾ.

ചാൾസ് ഒന്നും പറയാതെ നിന്നു. അവിടെനിന്ന് എഴുന്നേല്പിച്ച് റോഡിന്റെ വശത്ത് തിട്ടയിൽ ഇരിക്കാൻ ചാൾസ് നെഡിനെ സഹായിച്ചു.

"ഇവിടെ വരൂ..." ഓറഞ്ചുകാരൻ ചാൾസിനെ വിളിച്ച് ജനമദ്ധ്യത്തിൽ നിർത്തി.

അവിടെ നിന്നവരെല്ലാം ചാൾസിനെ ശ്രദ്ധിച്ചു. എന്നുമാത്രമല്ല, ചാൾസിന്റെ സ്ഥാനത്തു നില്ക്കാൻ അവരോരോരുത്തരും ആഗ്രഹിക്കുകയും ചെയ്തു.

ഈ സമയത്ത് ഓറഞ്ചുകാരൻ ചാൾസിന്റെ തൊപ്പിയെടുത്ത് അതിൽ നിറയെ ഓറഞ്ച് എടുത്ത് ചാൾസിന് നീട്ടിക്കൊണ്ടു പറഞ്ഞു: "ഇതെടുത്തുകൊള്ളൂ, ദൈവം നിന്നെ രക്ഷിക്കട്ടെ. എനിക്കു താങ്ങാൻ പറ്റുമായിരുന്നെങ്കിൽ ഈ കൂടയിലുള്ള ഓറഞ്ചുമുഴുവൻ ഞാൻ നിനക്കു തരുമായിരുന്നു."

കുട്ടികൾ ആർത്തുവിളിച്ചു. ചാൾസ് ഓറഞ്ചുകാരനോടു പറഞ്ഞു: "നന്ദിയുണ്ട്. എന്നാൽ ഇത്രയും ഓറഞ്ച് എനിക്കുവേണ്ട. എനിക്കു ലഭിക്കേണ്ടത് ഒന്നുമാത്രം. ബാക്കി ഇതാ." ഇങ്ങനെ പറഞ്ഞ് ചാൾസ് ഓറഞ്ച് കൂടയിലേക്കിടാൻ തുടങ്ങി. എന്നാൽ ഓറഞ്ചുകാരൻ അനുവദിച്ചില്ല.

ചാൾസ് പറഞ്ഞു: "ഞാൻ ഇത് ഇവർക്കെല്ലാമായി വീതിച്ചുകൊടുക്കും."

അവൻ കുട്ടികൾക്ക് ഓറഞ്ച് കൊടുത്തിട്ട് വളരെ വേഗത്തിൽ വീട്ടിലേക്കു നടന്നു. കുട്ടികൾ നന്ദി പറഞ്ഞ്, അഭിനന്ദിച്ചുകൊണ്ട് ചാൾസിന്റെ പിറകെയും.

കള്ളനായ നെഡ് പിറകെ ഇളിഭ്യനായി വരുന്നുണ്ടായിരുന്നു. അവനെ ആരും പുകഴ്ത്തിയില്ല. അവന് ആരും നന്ദി പറഞ്ഞുമില്ല. അവന് ആരും ഓറഞ്ച് കൊടുത്തില്ല.

"ജനങ്ങൾ സത്യസന്ധരാകണം, ഉദാരമനസ്കരാകണമെങ്കിൽ..." നെഡ് ചിന്തിച്ചു. "എല്ലാം ഒരോറഞ്ചിനുവേണ്ടിയായിരുന്നല്ലോ? ഇങ്ങനെയൊന്ന് ഇനി സംഭവിക്കരുത്."

ഈ കഥ വായിക്കുന്ന കുട്ടികൾ ആരാകണമെന്നു ചിന്തിക്കൂ! സത്യസന്ധനോ, കള്ളനോ?

ഭീകരരൂപിയായ പൂച്ചപ്പിശാച്
- ലേഡി വൈൽഡ്

The Devil, The Demon Cat
- Lady Wilde

[ദേശീയപ്രസ്ഥാനത്തിന്റെ സഹയാത്രികയും ഫോക്‌ലോർ ഗവേഷകയുമായിരുന്ന ജയിൻ ഫ്രാൻസെസ്‌ക വൈൽഡ് (1821–1896) വിഖ്യാതയായ കവിയുമാണ്. സർ വില്യം വൈൽഡിന്റെ ഭാര്യ എന്ന രീതിയിൽ ലേഡി വൈൽഡ് എന്നറിയപ്പെട്ട ഇവർ സ്പെറൻസ എന്ന തൂലികാനാമത്തിലും ഒട്ടേറെ എഴുതിയിട്ടുണ്ട്. *എൻഷ്യന്റ് ലെജണ്ട്സ്, മിസ്റ്റിക് ചാംസ് ആന്റ് സൂപ്പർസ്റ്റീഷൻസ് ഓഫ് അയർലണ്ട്* (1887) എന്ന കൃതി പ്രശസ്തമാണ്. സത്യവും മിഥ്യയും ഇണക്കിയുള്ള ഒരു രചനയാണ് *ഭീകരരൂപിയായ പൂച്ചപ്പിശാച്*].

കോണമേറയിൽ താമസിക്കുന്ന ഭാഗ്യവാനായ ഒരു മത്സ്യത്തൊഴിലാളി. അയാൾക്ക് എന്നും ചാകരയാണ്. വീട്ടിൽ എന്നും കാണും നിറയെ മത്സ്യങ്ങൾ.

ഒരുദിവസം രാത്രി അയാളുടെ ഭാര്യ വീട്ടിൽ വലിയ ഒരു പൂച്ചയെ കണ്ടു. അത് നല്ല മത്സ്യങ്ങളെ തിരഞ്ഞുതിന്നുകയാണ്.

അടുത്തദിവസം അവർ വലിയ ഒരു വടിയുമായി കാത്തിരുന്നു. അന്ന് പൂച്ചയെ കണ്ടില്ല.

മറ്റൊരു ദിവസം പകൽ സമയം. അവർ മറ്റൊരു സ്ത്രീയുമൊത്ത് നൂൽനൂറ്റുകൊണ്ടിരിക്കുമ്പോൾ വീട്ടിൽ പെട്ടെന്ന് ഇരുട്ട് പരന്നു. കൊടുങ്കാറ്റ് വന്നിട്ടെന്നപോലെ വാതിൽ പൊളിഞ്ഞുവീഴുന്നു. വലിയ കറുത്ത പൂച്ച വീട്ടിലേക്കു കടന്നുവന്നു. അതു നേരേ അടുക്കളയിലേക്കു കടക്കുകയും തിരിഞ്ഞുനിന്ന് സ്ത്രീകളെ നോക്കി ഉച്ചത്തിൽ മുരളുകയും ചെയ്തു.

"അതേ, ഇതുതന്നെയാണാ പിശാച്." അവിടെ മത്സ്യം തരംതിരിച്ചുകൊണ്ടുനിന്ന പെൺകുട്ടി പറഞ്ഞു.

"എന്നെ എന്താ വിളിക്കേണ്ടതെന്ന് ഞാൻ നിന്നെ പഠിപ്പിക്കാം." എന്നു പറഞ്ഞ് ആ ഭീമൻ പൂച്ച അവളുടെ നേരെ ചാടി. അവളുടെ കൈകൾ അതു മാന്തിപ്പറിച്ചു. 'ഒരു മാന്യൻ നിന്നെക്കാണാൻ വരുമ്പോൾ കൂടുതൽ നന്നായി പെരുമാറാൻ നിനക്കു കഴിയും' എന്നുപറഞ്ഞ് പൂച്ച വാതില്ക്കലേക്കു പോയി.

പൂച്ച വാതിൽ വലിച്ചടച്ചു. പെൺകുട്ടി ഉച്ചത്തിൽ കരയാൻ തുടങ്ങി. ഭയവും വേദനയുംകൊണ്ട് അവൾ പുളഞ്ഞു. രക്ഷപ്പെടാനുള്ള വഴിയാണു പൂച്ച അടച്ചത്. എന്തുചെയ്യും?

വീടിനുള്ളിൽനിന്നു കരച്ചിൽ കേട്ട് ഒരാൾ വാതിൽ തള്ളിത്തുറന്ന് വീട്ടിലേക്കു പ്രവേശിക്കാൻ ശ്രമിച്ചു. പൂച്ച അയാളെ തടഞ്ഞുകൊണ്ട് വാതില്ക്കൽ നില്പായി. അയാൾ വടികൊണ്ടു പൂച്ചയെ പ്രഹരിച്ചു. പൂച്ച കൂടുതൽ ശക്തിയെടുത്തു ചാടിയുയർന്ന് അയാളുടെ മുഖം മാന്തിപ്പൊളിച്ചു. ചോര ഒലിപ്പിച്ചുകൊണ്ട് അയാൾ പ്രാണരക്ഷാർത്ഥം ഓടി.

എന്റെ അത്താഴത്തിനുള്ള സമയമായി എന്നു പറഞ്ഞ് മേശപ്പുറത്തു കിടന്ന മീൻകൂട്ടത്തിലേക്കു പൂച്ച ചാടിക്കയറി.

"ഇന്നു സമൃദ്ധമാണ്. എന്നെ ആരും ഉപദ്രവിക്കരുത്; ആരും ഒച്ചയുണ്ടാക്കുകയുമരുത്. ഞാൻ എനിക്കു വേണ്ടതു കഴിച്ചോളാം." സ്ത്രീകൾക്കുനേരേ നോക്കി മുരണ്ടുകൊണ്ട് പൂച്ച പറഞ്ഞു.

"തൊടരുത് ദുഷ്ടമൃഗമേ, മാറിപ്പോകൂ." വീട്ടുകാരി അലറിവിളിച്ചു. വടി എടുത്ത് അവൾ പൂച്ചയെ എറിഞ്ഞു. പൂച്ചയുടെ പിൻഭാഗത്തു കൊണ്ട വടി ഒടിഞ്ഞുവീണു.

"പിശാചേ, അതിലൊരു മീനും തൊടാൻ ഇന്നു നിന്നെ ഞാൻ സമ്മതിക്കില്ല." അവർ വീണ്ടും ഉച്ചത്തിൽ അലറി.

പൂച്ച അവർക്കുനേരേ ഇളിച്ചുകാട്ടി. നല്ല മീനിനെ നോക്കിയെടുത്ത് അതു വിഴുങ്ങിത്തുടങ്ങി.

രണ്ടു സ്ത്രീകളുംകൂടി പൂച്ചയെ ഉപദ്രവിക്കാൻ തുടങ്ങി. പൂച്ച അവരെ തുറിച്ചുനോക്കി നില്പായി. വായിൽനിന്ന് അവർക്കുനേരെ അത് തീ തുപ്പി.

ഒറ്റച്ചാട്ടം, അവരുടെ ദേഹത്തേക്ക്. രണ്ടുപേരെയും അതു മാന്തിക്കീറി. ചോരയൊഴുകി. സ്ത്രീകൾ വലിയ വായിൽ കരഞ്ഞുകൊണ്ട് വീടിനു പുറത്തേക്ക് ഓടി.

കൈയിൽ ഒരു കുപ്പി വിശുദ്ധജലവുമായി വീട്ടുകാരി തിരിച്ചെത്തി. മത്സ്യത്തെ വിഴുങ്ങിക്കൊണ്ടിരുന്ന പൂച്ചയുടെ ദേഹത്തേക്ക് ആ വിശുദ്ധജലം അവർ ഒഴിച്ചു. അത്ഭുതമെന്നു പറയട്ടെ, മുറി കറുത്തപുക

കൊണ്ടു മൂടി. പൂച്ചയുടെ തിളങ്ങുന്ന രണ്ടു കണ്ണുകൾ ഒഴിച്ച് മുറിയിൽഒന്നുംതന്നെ കാണാൻ കഴിയുമായിരുന്നില്ല. അത് അടുപ്പിലെ തീക്കനൽപോലെ കത്തിജ്ജ്വലിക്കുകയായിരുന്നു.

അല്പസമയത്തിനുള്ളിൽ പുകയടങ്ങി. പൂച്ച എരിഞ്ഞടങ്ങി. ഒരുപിടി ചാരമായി മാറി. ഒടുവിൽ അതും അപ്രത്യക്ഷമായി.

ആ സംഭവത്തോടുകൂടി നാട്ടിൽ ഭീകരരൂപിയായ പൂച്ചപ്പിശാചിന്റെ ഉപദ്രവം ഇല്ലാതായി.

പുരോഹിതന്റെ ആത്മാവ്
- ലേഡി വൈൽഡ്

The Priest's Soul
- Lady Wilde

പ്രാചീനകാലത്ത് അയർലണ്ടിൽ പ്രശസ്തിയാർജ്ജിച്ച വിദ്യാലയങ്ങൾ ഉണ്ടായിരുന്നു. ജനങ്ങൾക്ക് സകല വിഷയങ്ങളിലും ഉയർന്ന നിലയിലുള്ള വിദ്യാഭ്യാസം അവിടെ നല്കിയിരുന്നു. അന്നത്തെ പാവങ്ങൾക്ക് ഇന്നത്തെ മിക്ക മാന്യന്മാരെയുംക്കാൾ അറിവുണ്ടായിരുന്നു. പുരോഹിതന്മാരുടെ പഠനം ഏറ്റവും ശ്രേഷ്ഠമായിരുന്നു. അതിനാൽ അയർലണ്ടിന്റെ പ്രശസ്തി അന്യരാജ്യങ്ങളിൽ വ്യാപിച്ചിരുന്നു. വിദേശങ്ങളിൽനിന്ന് രാജാക്കന്മാർ അവരുടെ മക്കളെ ഐറിഷ് സ്കൂളുകളിൽ പഠിപ്പിക്കാൻ വിടുക പതിവായിരുന്നു.

അക്കാലത്ത് മറ്റുള്ള കുട്ടികളെയെല്ലാം അത്ഭുതപ്പെടുത്തുമാറ് ബുദ്ധിയുള്ള ഒരു ബാലൻ ഉണ്ടായിരുന്നു. എന്നാൽ പാവങ്ങളിൽ പാവങ്ങളും കൂലിപ്പണിക്കാരുമാണ് അവന്റെ മാതാപിതാക്കൾ എന്നതിനാൽ ഏതെങ്കിലും രാജാവിന്റെയോ പ്രഭുവിന്റെയോ പ്രോത്സാഹനം വിദ്യാഭ്യാസത്തിൽ അവനു ലഭിച്ചില്ല. അദ്ധ്യാപകർക്കുപോലും ലജ്ജയുണ്ടാക്കുന്ന തരത്തിൽ അവർക്കറിയാൻ പാടില്ലാത്ത പല കാര്യങ്ങളും അവൻ പറഞ്ഞിരുന്നു. അവരുടെ അജ്ഞത അവൻ പലപ്പോഴും വെളിപ്പെടുത്തിയിരുന്നു. തർക്കത്തിലായിരുന്നു അവന് കൂടുതൽ വൈദഗ്ദ്ധ്യം. കറുപ്പിനെ വെളുപ്പും വെളുപ്പിനെ കറുപ്പുമാക്കാൻ മാത്രമല്ല, നിറം എന്നൊന്നില്ല എന്നുപോലും തർക്കത്തിലൂടെ സ്ഥാപിക്കാൻ അവന് മിടുക്കുണ്ടായിരുന്നു. അവന്റെ വിജ്ഞാനത്തിൽ അച്ഛനുമമ്മയും അഭിമാനംകൊണ്ടു. അറിവുകൊണ്ടു സമ്പന്നനായ മകനെ ഒരു പുരോഹിതനാക്കാൻ അവർ തീരുമാനിച്ചു. പട്ടിണികിടന്നും അവർ ആ ലക്ഷ്യം സാധിച്ചു. അവൻ വളർന്നു. അയാളെ വെല്ലാൻ ഒരാളും ഉണ്ടായിരുന്നില്ല. കാരണം അദ്ദേഹത്തോളം അറിവുള്ളവർ അയർലണ്ടിൽ വേറെയില്ലായിരുന്നു. ബിഷ

പ്പുമാർപോലും അയാളോട് സംസാരിക്കാൻ മടിച്ചു. കാരണം, അല്പസമയത്തിനുള്ളിൽ അവരുടെ അജ്ഞത അയാൾ വെളിപ്പെടുത്തുമായിരുന്നു.

പുരോഹിതന്മാരായിരുന്നു കുട്ടികളെ പഠിപ്പിച്ചിരുന്നത്. നമ്മുടെ പുരോഹിതനായിരുന്നു കൂടുതൽ അറിവുള്ളവൻ എന്നതിനാൽ വിദേശത്തുനിന്നു രാജാക്കന്മാരെല്ലാം അവരുടെ മക്കളെ ഇദ്ദേഹത്തിന്റെ സമീപത്തേക്കു അയച്ചുവന്നു. ആകാവുന്നിടത്തോളം കുട്ടികളെ തന്റെ പാഠശാലയിൽ ഉൾക്കൊള്ളാൻ അദ്ദേഹം സന്നദ്ധനുമായിരുന്നു.

പുരോഹിതൻ പൂർവ്വകാലം മറന്നുതുടങ്ങി. താൻ എല്ലാത്തിനും മീതേ എന്ന ചിന്ത അദ്ദേഹത്തിൽ വളർന്നു. ദൈവത്തെപ്പോലും അദ്ദേഹം മറന്നു. ദൈവമോ സ്വർഗ്ഗമോ നരകമോ വിചാരണയും വിധിന്യായവും നടക്കുന്ന സ്ഥലമോ ആത്മാവോ ഒന്നുമില്ല എന്ന് അദ്ദേഹം വിശ്വസിക്കുകയും അങ്ങനെ വിദ്യാർത്ഥികളെ പഠിപ്പിക്കുകയും ചെയ്തു. പട്ടിയും പൂച്ചയും എന്നപോലെ മനുഷ്യനും മരണത്തോടെ അവസാനിക്കുന്നു എന്ന് അദ്ദേഹം ഏവരെയും പഠിപ്പിച്ചു.

"ആരാണ് ആത്മാവിനെ കണ്ടത്? കണ്ടവരാരെങ്കിലും ഉണ്ടെങ്കിൽ എന്നെ കാണിച്ചു തരൂ. എന്നാൽ ഞാൻ വിശ്വസിക്കാം." അയാൾ വാദമുന്നയിച്ചു. ആരും അദ്ദേഹത്തെ എതിർക്കാൻ തയ്യാറായില്ല. ഒടുവിൽ ഇദ്ദേഹത്തിന്റെ വാദം കേട്ടുകേട്ട് ജനങ്ങളും ദൈവമില്ലെന്നും മറ്റൊരു ലോകമില്ലെന്നും വിശ്വസിക്കാനും പറയാനും തുടങ്ങി. ആർക്കും തന്നിഷ്ടംപോലെ ജീവിക്കാം എന്നു പറഞ്ഞ് ഒരു പെൺകുട്ടിയെ ഭാര്യയായി സ്വീകരിച്ച് പുരോഹിതൻ മാതൃക കാണിച്ചു. മറ്റാരും ആ കല്യാണത്തിന് ആശീർവാദം നല്കാൻ സമ്മതിക്കാതെ വന്നതിനാൽ അദ്ദേഹം തന്നെ ആശീർവദിച്ചു.

സകല രാജാക്കന്മാരുടെയും മക്കൾ തന്റെ ഭാഗത്താണെന്ന് പുരോഹിതൻ വാർത്ത പരത്തി. മാത്രമല്ല അദ്ദേഹത്തെ എതിർക്കുന്നവനെ ഇല്ലായ്മ ചെയ്യാൻ അയാൾ മടിക്കില്ല എന്നും വാർത്ത ഉണ്ടായി. അദ്ദേഹം പറയുന്നതു മാത്രമാണ് സത്യം എന്നും ഏറെ ജനങ്ങൾ വിശ്വസിച്ചു. ഈ പുരോഹിതന്റെ വാക്കുകൾ കേട്ടും പഠിച്ചും പാലിച്ചും ജനങ്ങൾ ചീത്തയായി. ലോകം നാശത്തിലേക്കു വീഴുമെന്ന മട്ടായി.

ആ സമയത്ത് സ്വർഗ്ഗത്തിൽനിന്നും ഒരു മാലാഖ മണ്ണിൽ വന്നിറങ്ങി. പുരോഹിതന്റെ അടുക്കലെത്തി, "ഇനി താങ്കൾക്ക് ഇരുപത്തിനാലു മണിക്കൂറേ ജീവിതമുള്ളൂ" എന്ന് മാലാഖ പുരോഹിതനോടു പറഞ്ഞു.

പുരോഹിതൻ ഭയന്നു യാചിച്ചു: "എനിക്കു കുറച്ചു കാലംകൂടി ജീവിക്കണം."

"പാപീ, നിനക്കെന്തിനാണു കുറച്ചുകാലം കൂടി?" മാലാഖ ചോദിച്ചു.

"എന്റെ ആത്മാവിനോടു ദയ കാണിക്കണം." പുരോഹിതൻ പറഞ്ഞു.

"ഓഹോ, നിനക്കാത്മാവുണ്ടോ? പറയൂ, നീ അത് എങ്ങനെയാണു മനസ്സിലാക്കിയത്?"

"അത് എന്നിൽത്തുടിക്കുന്നതായി നിന്നെക്കണ്ടപ്പോൾ മുതൽ എനിക്കു തോന്നിത്തുടങ്ങി. അതിനുമുമ്പ് അതിനെപ്പറ്റി ചിന്തിക്കാത്ത ഞാൻ എത്ര വിഡ്ഢിയാണ്." പുരോഹിതൻ പറഞ്ഞു.

മാലാഖ പറഞ്ഞു: "വിഡ്ഢിതന്നെ. ആത്മാവുണ്ട് എന്നു നിന്നെ പഠിപ്പിക്കാത്ത അറിവുകൊണ്ട് എന്തു ഗുണം?"

"ദൈവമേ, ഞാൻ മരിക്കുകയാണെങ്കിൽ എത്രവേഗം ഞാൻ സ്വർഗ്ഗത്തിലെത്തും എന്നു പറയൂ."

"ഒരിക്കലുമെത്തില്ല. സ്വർഗ്ഗമില്ല എന്നു പറഞ്ഞവനാണു നീ" മാലാഖ പറഞ്ഞു.

"പിന്നെ, ഞാൻ വിചാരണയും വിധിന്യായവും നടക്കുന്ന സ്ഥലത്താണോ പോവുക. വേഗം പറയൂ." പുരോഹിതൻ അപേക്ഷിച്ചു.

"നിങ്ങൾ അവിടത്തെയും നിഷേധിച്ചവനാണ്." മാലാഖ പറഞ്ഞു.

"ദൈവമേ, ഞാൻ നരകത്തെയും നിഷേധിച്ചവനാണല്ലോ. എന്നെ അവിടേക്കു തീർച്ചയായും അയയ്ക്കില്ലല്ലോ."

മാലാഖ അല്പമൊന്നു കുഴങ്ങിയെങ്കിലും ഇങ്ങനെ പറഞ്ഞു: "എനിക്കെന്തുചെയ്യാൻ കഴിയും എന്നു ഞാൻ പറയാം. ഒന്നുകിൽ ഒരു നൂറുവർഷം എല്ലാ സുഖഭോഗങ്ങളും അനുഭവിച്ചുകൊണ്ട് ഭൂമിയിൽ ജീവിച്ചശേഷം എന്നേക്കുമായി നരകത്തിൽ പോവുക. അല്ലെങ്കിൽ ഇരുപത്തിനാലു മണിക്കൂറിനുള്ളിൽ കഠിനമായ യാതന അനുഭവിച്ച് മരിക്കുക. എന്നിട്ട് വിചാരണയും ശിക്ഷയും ലഭിക്കുന്ന സ്ഥലത്തു ചെന്നു വാഴുക, വിധിന്യായം ഉണ്ടാകുംവരെ. വിശ്വാസിയായ ഒരാളെ നിനക്കു കണ്ടെത്താൻ കഴിഞ്ഞാൽ അയാളുടെ വിശ്വാസത്തിന്റെ കാരുണ്യത്താൽ നിന്റെ ആത്മാവിനു മോചനം ലഭിക്കും."

അഞ്ചു മിനിറ്റിനുള്ളിൽ പുരോഹിതൻ ഒരു തീരുമാനത്തിലെത്തി.

"ശരി, എനിക്ക് ഇരുപത്തിനാല് മണിക്കൂറിനുള്ളിൽ മരിക്കാൻ സമ്മതമാണ്. ഒടുവിൽ എന്റെ ആത്മാവിന് ശാന്തി ലഭിക്കുമല്ലോ." പുരോഹിതൻ പറഞ്ഞു.

ആ മാർഗ്ഗത്തിന് എന്താണ് ചെയ്യേണ്ടത് എന്നു നിർദ്ദേശിച്ച് മാലാഖ അപ്രത്യക്ഷമായി.

പണ്ഡിതരും രാജകുമാരന്മാരും ഇരിക്കുന്ന വലിയ ഹാളിലേക്കു പ്രവേശിച്ച് എല്ലാവരോടുമായി അയാൾ ഉച്ചത്തിൽ ചോദിച്ചു: "എന്നോടു സത്യം പറയൂ. എന്നെ എതിർക്കാൻ നിങ്ങളിലാരെങ്കിലും ഭയപ്പെടുന്നുണ്ടോ? എന്താണു നിങ്ങളുടെ വിശ്വാസം? മനുഷ്യന് ആത്മാവുണ്ടോ?"

എല്ലാവർക്കുംവേണ്ടി ഒരാൾ എഴുന്നേറ്റു പറഞ്ഞു: "മാസ്റ്റർ, മനുഷ്യന് ആത്മാവുണ്ട് എന്ന് ഞങ്ങൾ ഒരിക്കൽ വിശ്വസിച്ചിരുന്നു. താങ്കളുടെ അദ്ധ്യാപനത്തെ നന്ദിപൂർവ്വം ഓർമ്മിച്ചുകൊണ്ടു പറയട്ടെ, ഇപ്പോൾ ഞങ്ങളങ്ങനെ വിശ്വസിക്കുന്നില്ല. നരകവുമില്ല, സ്വർഗ്ഗവുമില്ല, ദൈവവു

മില്ല. ഇതാണ് ഞങ്ങളുടെ വിശ്വാസം, ഇതാണ് താങ്കൾ ഞങ്ങളെ പഠിപ്പിച്ചതും.”

പുരോഹിതന്റെ മുഖം വിവർണ്ണമായി. അയാൾ ഭയന്നു വിറയ്ക്കാൻ തുടങ്ങി. അല്പനേരത്തിനുശേഷം അവരോട് ഇങ്ങനെ പറഞ്ഞു: “ശ്രദ്ധിക്കൂ, ഞാൻ നിങ്ങളോടു കളവു പറഞ്ഞതാണ്. ദൈവമുണ്ട്. ആത്മാവുമുണ്ട്. എന്റെ ആത്മാവിൽ ദൈവത്തിന്റെ കാരുണ്യമുണ്ട്.”

ഹാളിലിരുന്നവർ മുഴുവൻ പുരോഹിതനെ പരിഹസിച്ചു ചിരിക്കാൻ തുടങ്ങി. പുരോഹിതൻ മുൻപു ക്ലാസിൽ അവരോടുപറഞ്ഞത് അവർ ആവർത്തിച്ച് പറഞ്ഞുകൊണ്ടിരുന്നു. “എന്നെ കാണിക്കൂ, നിങ്ങളുടെ ദൈവത്തെ കാണിക്കൂ.”

പുരോഹിതൻ ഹാളിൽനിന്ന് ഇറങ്ങി ഓടി. ഞാൻ പറയുന്നത് ആരും വിശ്വസിക്കുന്നില്ല. പിന്നെ എങ്ങനെയാണ് എന്റെ ആത്മാവ് മോചിപ്പിക്കപ്പെടുക. അയാൾക്കു സങ്കടം വന്നു.

പുരോഹിതൻ ഭാര്യയുടെ സമീപമെത്തി. അവൾ തീർച്ചയായും വിശ്വസിക്കും എന്നും സ്ത്രീകൾ ദൈവത്തെ നിഷേധിക്കില്ല എന്നും അയാൾ കരുതി.

“നിങ്ങൾ എന്താണോ എന്നെ പഠിപ്പിച്ചത്, അതു മാത്രമേ ഞാൻ വിശ്വസിക്കൂ. ഭർത്താവിൽ വിശ്വസിക്കാത്ത സ്ത്രീ യഥാർത്ഥ ഭാര്യയല്ല. സ്വർഗ്ഗമോ നരകമോ ദൈവമോ ഒന്നുമില്ല.”

നൈരാശ്യവും ഭയവുംകൊണ്ട് പുരോഹിതൻ പരവശനായി. അയാൾ വീട്ടിൽനിന്നും ഇറങ്ങി ഓടി. വഴിയിൽ കാണുന്നവരോടെല്ലാം ദൈവത്തിൽ വിശ്വസിക്കുന്നുണ്ടോ എന്നു തിരക്കി.

എല്ലാവരും ഒരേ സ്വരത്തിലാണ് അയാൾക്കു മറുപടി നല്കിയത്. “നിങ്ങൾ പഠിപ്പിച്ചത് മാത്രമേ ഞങ്ങൾ വിശ്വസിക്കുന്നുള്ളൂ.”

പുരോഹിതൻ ബുദ്ധിഭ്രമത്തിന്റെ വക്കിലെത്തി. മണിക്കൂറുകൾ വേഗത്തിൽ കടന്നുപോകുന്നു. വിജനമായ പാതയിൽ അയാൾ തളർന്നുവീണു. മണ്ണിൽക്കിടന്ന് അയാൾ ഉറക്കെക്കരഞ്ഞു.

ഒരു കൊച്ചുകുട്ടി ആ വഴി വന്ന്, “ദൈവം നിങ്ങളെ രക്ഷിക്കട്ടെ” എന്നു പറഞ്ഞു.

“ഓ, നീ ദൈവത്തിൽ വിശ്വസിക്കുന്നുണ്ടോ?” ദീനനായി പുരോഹിതൻ ചോദിച്ചു.

“വിദൂരമായ രാജ്യത്തുനിന്ന് ഞാൻ ദൈവത്തെപ്പറ്റി പഠിക്കാൻ വന്നതാണ്. ഈ ഭാഗത്ത് ഏറ്റവും നല്ല വിദ്യാലയം ഏതാണ് എന്ന് പറഞ്ഞു തന്നാലും” കുട്ടി പറഞ്ഞു.

“നല്ല വിദ്യാലയവും നല്ല അദ്ധ്യാപകനും നിന്റെ തൊട്ടടുത്തുണ്ട്” – പുരോഹിതൻ പറഞ്ഞു.

കുട്ടി പറഞ്ഞു: “അദ്ദേഹമോ, ദൈവവും സ്വർഗ്ഗവും നരകവും ആത്മാവും ഒന്നും ഇല്ല എന്ന് വിശ്വസിക്കുന്ന അദ്ദേഹമോ, അവയൊന്നും

അദ്ദേഹത്തിനു കാണാൻ സാധിക്കുന്നില്ല എന്നതിനാൽ വിശ്വസിക്കുന്നില്ലത്രേ. ഞാൻ അയാളെ തോല്പിക്കും."

"എങ്ങനെ?" പുരോഹിതൻ ഉത്സാഹത്തോടെ ചോദിച്ചു.

"എങ്ങനെയെന്നോ? അയാൾക്കു ജീവനുണ്ടെന്നു പറയുകയാണെങ്കിൽ ആ ജീവനെ കാണിക്കാൻ ഞാൻ ആവശ്യപ്പെടും." കുട്ടി പറഞ്ഞു.

"അയാൾക്കതിനു സാദ്ധ്യമല്ല കുട്ടീ, ജീവനെ കാണാൻ സാദ്ധ്യമല്ല. എന്നാൽ നമുക്ക് അത് ഉണ്ട്. അത് അദൃശ്യമാണ്." പുരോഹിതൻ വിശദീകരിച്ചു.

"ജീവനെ കാണാതെതന്നെ വിശ്വസിക്കാമെങ്കിൽ ആത്മാവിനെയും കാണാതെതന്നെ വിശ്വസിക്കാം." – കുട്ടി പറഞ്ഞു.

പുരോഹിതൻ കുട്ടിയുടെ കാല്ക്കൽ വീണു. സ്വന്തം ആത്മാവ് സുരക്ഷിതമാണെന്ന് പുരോഹിതൻ ആശ്വസിച്ചു. ദൈവത്തിൽ വിശ്വസിക്കുന്ന ഒരാളെ കണ്ടുമുട്ടിയതോർത്ത് പുരോഹിതൻ ആനന്ദക്കണ്ണീരണിഞ്ഞു.

പുരോഹിതൻ തന്റെ ചരിത്രമെല്ലാം കുട്ടിയോടു പറഞ്ഞു; തന്റെ അഭിമാനവും വിഡ്ഢിത്തവും വിശ്വാസവും ദൈവനിന്ദയും മാലാഖയുമായുള്ള സംഭാഷണവും ആത്മാവിന്റെ മോചനത്തിനുവേണ്ടി ദൈവവിശ്വാസിയായ ഒരാളെത്തേടിയുള്ള യാത്രയും എല്ലാം.

അല്പനേരത്തെ വിശ്രമത്തിനുശേഷം പുരോഹിതൻ തന്റെ കൈയിൽ കരുതിയിരുന്ന പേനാക്കത്തി കുട്ടിയുടെ നേരെ നീട്ടിക്കൊണ്ട് ഇങ്ങനെ പറഞ്ഞു:

"ഇതു പിടിക്കൂ. ഇതുകൊണ്ട് എന്റെ നെഞ്ചിൽ കുത്തുക. വീണ്ടും വീണ്ടും കുത്തണം. എന്റെ മരണം മുഖത്തുനിന്നു വ്യക്തമാകുംവരെ കത്തി നെഞ്ചിൽ ആഴ്ത്തിക്കൊണ്ടിരിക്കണം. എന്റെ ആത്മാവ് ശരീരംവിട്ട് ദൈവത്തിന്റെ അടുത്തേക്ക് പോകുമാറാകട്ടെ. അതു കണ്ട ശേഷം നീ ഓടി എന്റെ സ്കൂളിൽച്ചെന്ന് എന്റെ വിദ്യാർത്ഥികളെ മുഴുവൻ വിളിച്ചുവരുത്തി അവരുടെ അദ്ധ്യാപകന്റെ ആത്മാവ് ശരീരം വിട്ടു പോകുന്നതു കണ്ടു എന്നും അദ്ദേഹം നിങ്ങളെ പഠിപ്പിച്ചത് കളവാണെന്നും, പാപത്തെ ശിക്ഷിക്കുന്ന ദൈവവും സ്വർഗ്ഗനരകങ്ങളും ഉണ്ട് എന്നും അനശ്വരമായ ഒരാത്മാവ് നശ്വരനായ മനുഷ്യനിൽ കുടികൊള്ളുന്നു എന്നും അവരോടു പറയണം."

"എനിക്ക് ഈ പ്രവൃത്തിചെയ്യാനുള്ള ശക്തി ലഭിക്കട്ടെ എന്നു ഞാൻ പ്രാർത്ഥിക്കുന്നു." കുട്ടി പ്രാർത്ഥനാപൂർവ്വം നിന്നു പറഞ്ഞു.

അവൻ മുട്ടുകുത്തിനിന്നു വീണ്ടും പ്രാർത്ഥിച്ചു. ബാലൻ എഴുന്നേറ്റ് അയാളിൽനിന്നു കത്തി വാങ്ങി. പുരോഹിതന്റെ നെഞ്ചിലേക്ക് കത്തികൊണ്ട് അവൻ ആഞ്ഞുകുത്തി. വീണ്ടും വീണ്ടും അവൻ കത്തി ആഴ്ത്തി. മാംസവും രക്തവും പുറത്തേക്കു ചാടി. പുരോഹിതൻ മരിക്കുന്നില്ല. അവൻ അവന്റെ ജോലി തുടർന്നുകൊണ്ടേയിരുന്നു. വേദനാജനകവും ഭീകരവുമായിരുന്നു ആ കാഴ്ച. ഇരുപത്തിനാലു മണിക്കൂർ തികയണമായിരുന്നു മരണസമയത്തിന്.

പുരോഹിതന്റെ യാതന അവസാനിക്കാനുള്ള സമയമായി. ശരീരം നിശ്ചലമായി. മരണം ബാലൻ ഉറപ്പാക്കി.

അവൻ നോക്കിനില്ക്കെ, മനോഹരമായ തൂവെള്ളച്ചിറകുകളുള്ള ഒരു ശലഭം പുരോഹിതന്റെ ശരീരത്തിൽ നിന്നുയർന്ന് തലയ്ക്കു മുകളിൽ ഒന്നു ചുറ്റിപ്പറന്നിട്ടു വാനിലേക്കുയർന്നു.

അവൻ പുരോഹിതന്റെ സ്കൂളിലേക്കോടി. അദ്ദേഹത്തിന്റെ വിദ്യാർത്ഥികളെ വിളിച്ചുകൊണ്ടുവന്നു. വാനിലേക്കു ചിത്രശലഭമായി ഉയരുന്ന ആത്മാവിനെ അവർ ദർശിച്ചു. ശലഭം മേഘങ്ങൾക്കിടയിൽ മറയുന്നതുവരെ അവർ നോക്കിനിന്നു.

അയർലണ്ടിന്റെ ആകാശത്തിലുയർന്ന ആദ്യത്തെ ചിത്രശലഭമായിരുന്നു അത്. ചിത്രശലഭങ്ങൾ മൺമറഞ്ഞവരുടെ ആത്മാക്കളാണെന്ന് ഇന്ന് എല്ലാവർക്കും അറിയാം. അവർ വിചാരണയ്ക്കും വിധിന്യായത്തിനുമുള്ള സ്ഥലത്തേക്ക് ഉയരാനുള്ള സമയം കാത്തു പറക്കുന്നു.

സമയമാകുമ്പോൾ അവ അവിടെയെത്തി, പീഡനത്തിലൂടെ പരിശുദ്ധിനേടി ശാശ്വതശാന്തി പൂകുന്നു.

ഈ സംഭവത്തിനുശേഷം, അയർലണ്ടിലെ സ്കൂളുകൾ വിജനമായി. ജനങ്ങൾ പറഞ്ഞു: “അവിടെപ്പോയി കുട്ടികൾ എന്തു പഠിക്കാനാണ്? അയർലണ്ടിലെ ഏറ്റവും ബുദ്ധിമാനായ അദ്ധ്യാപകനും പുരോഹിതനുമായ ആൾക്കുപോലും, ജീവൻ നഷ്ടപ്പെടുന്നതുവരെ ആത്മാവുണ്ടെന്ന് മനസ്സിലാക്കാൻ കഴിഞ്ഞിരുന്നില്ല. ഒരു കുട്ടിയുടെ വിശ്വാസം കൊണ്ടാണ് അദ്ദേഹത്തിന് സ്വന്തം ആത്മാവിനെ രക്ഷിക്കാൻ കഴിഞ്ഞത്.”

ഫിന്നിന്റെ വരവ്
– സ്റ്റാൻഡിഷ് ജയിംസ് ഒ'ഗ്രാഡി

The Coming of Finn
- Standish James O'Grady

[പത്രപ്രവർത്തകനും ചരിത്രകാരനും കെൽറ്റിക് നവോത്ഥാനത്തിന്റെ പിതാവുമായ സ്റ്റാൻഡിഷ് ജയിംസ് ഒ'ഗ്രാഡി (1846–1928) ആബി തിയേറ്ററിന്റെ പ്രവർത്തനത്തിലും മുഖ്യ പങ്കുവഹിച്ചു. *ടെയിൽസ് ഓഫ് ഐറിഷ് മിത്തോളജി* എന്ന വിഖ്യാതഗ്രന്ഥത്തിന്റെ കർത്താവായ സ്റ്റാൻഡിഷിന്റെ ഏറ്റവും പ്രസിദ്ധമായ കഥയാണ്, 'ഫിന്നിന്റെ വരവ്'.]

സാംഹയ്ൻ സന്ധ്യ. അതായത് ഞങ്ങൾ ക്രിസ്ത്യാനികൾ പറയുന്ന ഹാലോവീൻ.

അയർലണ്ടിന്റെ രാജാക്കന്മാരുടെ രാജാവ്, നൂറു യുദ്ധങ്ങൾ ജയിച്ച കോൺ അദ്ദേഹത്തിന്റെ താരാകൊട്ടാരത്തിൽ അത്താഴത്തിനിരിക്കുകയാണ്. അദ്ദേഹത്തിന്റെ വലതുഭാഗത്ത് ഒരേ ഒരു മകനായ ആർത് ഇരിക്കുന്നു. ബാലനായ ഫിന്നിനെ അനന്തരാവകാശത്തിൽനിന്ന് തടഞ്ഞുകൊണ്ട് വകവരുത്താൻ തക്കംനോക്കിയിരുന്ന മോർണയുടെ മക്കളും അവിടെയുണ്ട്. അവരുടെ തലവനായ ഗൗൾ മക് മോർണ ശക്തിമാനായ യോദ്ധാവും ഫിയന്നയുടെ ക്യാപ്റ്റനുമാണ്. ഫിന്നിന്റെ അച്ഛൻ ഫിയന്ന നേതാവ് കുംഹാൾ കൊല്ലപ്പെട്ടതിനെത്തുടർന്നാണ് ഗൗൾ മക് മോർണ പടത്തലവനായത്.

ഗൗൾപ്രമുഖരെല്ലാം സന്നിഹിതരായിരിക്കുന്നു. ദീർഘചതുരാകൃതിയിലുള്ള വലിയ ഊണുമേശയ്ക്കുമേൽ അത്താഴവിഭവങ്ങൾ നിരത്തിയിരിക്കുന്നു. ഹാളിൽ തെളിയുന്ന ആയിരം മെഴുകുതിരികളുടെ വെളിച്ചത്തിൽ സ്വർണ്ണം, വെള്ളി, ഓട്ടുപാത്രങ്ങൾ തിളങ്ങുന്നു. മഹത്തായ ഒരു സൽക്കാരത്തിനുള്ള ഒരുക്കങ്ങളെല്ലാം പൂർത്തിയായി എങ്കിലും യോദ്ധാക്കളെല്ലാം ഭക്ഷണത്തെപ്പറ്റി ചിന്തിക്കാതെ, ദുഃഖിതരായി മൂകരായി ഇരിക്കുന്നു. ഹാളിൽ പതിവുള്ള സംഗീതമുയരുന്നില്ല. ശ്മശാനമൂകത ഹാളിൽ തളംകെട്ടി നില്ക്കുന്നു. എല്ലാവരും ഒരു ദുരന്തം കാത്തി

രിക്കുന്നപോലെയുണ്ട്. രാജാവിന്റെ വെള്ളിയിലുള്ള അധികാരദണ്ഡ് കോണിന്റെ ഇടതുഭാഗത്ത് മേശമേൽ ചാരിയിരിക്കുന്നു. തിളങ്ങുന്ന വെങ്കലത്തിലുള്ള മേലാപ്പ് രാജാവിന്റെ തലയ്ക്കുമുകളിൽ വിരാജിക്കുന്നു. യോദ്ധാക്കളെല്ലാം യുദ്ധസന്നദ്ധരായതുപോലെ, ആചാരവേഷങ്ങൾ അണിഞ്ഞിരിക്കുന്നു. പല നിറങ്ങളിലുള്ള ആ വേഷങ്ങളിലെ സ്വർണ്ണത്തിലും വെള്ളിയിലും മറ്റുമുള്ള ബഹുമതിമുദ്രകൾ നക്ഷത്രങ്ങൾപോലെ തിളങ്ങുന്നു. ആഡംബരപൂർണ്ണമായ ആഘോഷത്തിന്റെ എല്ലാ ഒരുക്കങ്ങളും ഉണ്ടെങ്കിലും ആരും സന്തോഷവാന്മാരല്ല.

ദൂരെയെങ്ങോ ഇടിവെട്ടുംപോലെ ഒരു ശബ്ദം എല്ലാവരും കേട്ടു. ഭൂമി ചെറുതായൊന്നു കുലുങ്ങിയതുപോലെ. ഒരു ഭീമാകാരന്റെ കാല്പെരുമാറ്റം അടുത്തടുത്തു വരുന്നത് കേട്ടുതുടങ്ങി. എല്ലാവരുടെയും ഹൃദയത്തിൽ ഭയത്തിന്റെ അലകൾ. അവരുടെ മുഖം മഞ്ഞളിച്ചിരുന്നു.

രാജാവ് വലതു വശത്തേക്കു തലചെരിച്ച് ആർതിന് അപ്പുറത്തിരുന്ന പ്രവാചകനായ ഡ്രൂയിഡിനോടു ചോദിച്ചു: "മിഡ്നയുടെ മകനാണോ ഇപ്പോൾ വരുന്നത്?"

ഡ്രൂയിഡ് പറഞ്ഞു: "അല്ല, മിഡ്നയെ ജയിക്കാൻ പോകുന്ന മകനാണ്. ആരുടെ കീർത്തിയിലാണോ മറ്റുള്ളവരുടെയെല്ലാം കീർത്തി മങ്ങിപ്പോവുക, ആ മഹാനുഭാവനാണ് താരാകൊട്ടാരത്തിലേക്ക് ഈ രാത്രിയിൽ വരുന്നത്."

അല്പസമയം കഴിഞ്ഞു. കൊട്ടാരവാതില്ക്കൽ, അകത്തേക്കു പ്രവേശിക്കാൻവന്ന ആരെയോ കാവല്ഭടന്മാർ തടഞ്ഞുനിർത്തി സംസാരിക്കുന്നതിന്റെയും തുടർന്ന് ഒരു കലഹംനടക്കുന്നതിന്റെയും ഒച്ച ഹാളിൽവന്നലച്ചു.

ഏതാനും നിമിഷത്തിനുള്ളിൽ അപരിചിതനായ ഒരാൾ മുറിയിലേക്കു കടന്നുവന്നു. സിംഹത്തിന്റെ തോലുടുത്ത്, കാട്ടുപന്നിയുടെ തോൽപുതച്ച്, കാട്ടുപന്നിക്കൊമ്പ് അരയിൽക്കെട്ടിമുറുക്കിവച്ച് ഒരു ഭീമാകാരൻ. ഇടതുകൈയിൽ പരിചയും വലതുകൈയിൽ കുന്തവും പിടിച്ചിരിക്കുന്നു. വലിയ ശരീരമാണെങ്കിലും അയാൾക്ക് കുട്ടിയുടെ എന്നപോലെ ചെറിയ മുഖമായിരുന്നു. മിനുസമുള്ള കവിളും ചുണ്ടും കണ്ടാൽ ഓമനത്തമുള്ള മുഖം. സ്വർണ്ണനിറമുള്ള തലമുടി. ആ ശരീരത്തിൽനിന്നും പുറപ്പെടുന്ന വെളിച്ചം മെഴുകുതിരി വെളിച്ചത്തെ നിഷ്പ്രഭമാക്കി. അത് ഫിൻ ആയിരുന്നു.

വാതിൽ കടന്നുനിന്ന് ഫിൻ ശക്തവും മധുരവും സംഗീതാത്മകവുമായ ശബ്ദത്തിൽ ഇങ്ങനെ പറഞ്ഞു: "അയർലണ്ടിലെ രാജാക്കന്മാരുടെ രാജാവും നൂറു യുദ്ധങ്ങളിലെ ജേതാവുമായ കോൺ മഹാരാജൻ, വഴിതെറ്റിയവനും അവകാശങ്ങൾ നഷ്ടപ്പെട്ടവനും ഒന്നുമില്ലാത്തവനും അലഞ്ഞുനടക്കുന്നവനും ആയ ഒരു യുവാവ് ഇതാ അങ്ങയുടെ അതിഥിയായി സാംഹയ്ൻ ഉത്സവസായാഹ്നത്തിൽ എത്തിയിരിക്കുന്നു."

"താങ്കളെ ഞങ്ങൾ ഹാർദ്ദമായി സ്വാഗതം ചെയ്യുന്നു." രാജാവ്

പറഞ്ഞു: "നിങ്ങൾ ഭാഗ്യവാനാണ്. കണ്ടിട്ട് ധീരനും വീരനുമായ ഒരു രാജാവിന്റെ മകനാണെന്നു തോന്നുന്നു. അനർഹമായ ഒരു ദുരന്തം നിങ്ങൾക്കു ഭവിച്ചിരിക്കുന്നതായും തോന്നുന്നു. അയർലണ്ടിന്റെ മഹാ രാജാവായ നാം, താങ്കളുടെ അവകാശങ്ങളും അധികാരങ്ങളും എത്ര യും വേഗം പുനഃസ്ഥാപിക്കപ്പെടട്ടെ എന്ന് ആശംസിക്കുന്നു. മാന്യനായ യുവയോദ്ധാവേ, താങ്കൾ ഇവിടെ ഇരിക്കൂ, എന്റെയും എന്റെ ഏക പുത്രൻ, രാജ്യത്തിന്റെ അനന്തരാവകാശി ആർതിന്റെയും മദ്ധ്യേ ഇരിക്കൂ."

ഒരു പരിചാരകൻ ചെന്ന് യുവാവിന്റെ ശരീരത്തിലണിഞ്ഞിരുന്ന ആയുധങ്ങൾ എടുത്ത് ഭിത്തിയിൽ തൂക്കിയിട്ടു.

രാജാവിന്റെയും ആർതിന്റെയും മദ്ധ്യേ ഫിൻ ഇരുന്നു.

സൽക്കാരം ആരംഭിച്ചു. തെരഞ്ഞെടുത്ത ഏതാനും വിഭവങ്ങളും വീഞ്ഞും ഫിൻ കഴിച്ചു. എല്ലാവരും ഫിന്നിനെപ്പറ്റിത്തന്നെ ചിന്തിച്ചും അദ്ദേഹത്തിൽത്തന്നെ ശ്രദ്ധ കേന്ദ്രീകരിച്ചും ഇരിക്കുകയാണ്.

സൽക്കാരം കഴിഞ്ഞപ്പോൾ ഫിൻ രാജാവിനോടായി പറഞ്ഞു: "വിശ്രുതനായ മഹാരാജൻ, അതിഥിയായ ഞാൻ, സൽക്കാരവേളയിൽ ആതിഥേയന്റെ മുഖത്തു ദുഃഖം ദർശിക്കുന്നതും അതിനെപ്പറ്റി ഈ സന്തോഷനിമിഷത്തിൽ ചോദിക്കുന്നതും അനുചിതമാണെന്ന് അറിയാമെങ്കിലും, ആതിഥേയൻ അപരിചിതനായ അതിഥിയിൽനിന്ന് സഹായമൊന്നും പ്രതീക്ഷിക്കില്ല എങ്കിലും, ഈ രാജസഭയിൽ, ഈ ഉത്സവാവസരത്തിൽ കാണുന്ന മൂകതയുടെ കാരണം അറിയാൻ ഞാൻ ആഗ്രഹിക്കുന്നു. അങ്ങയുടെയോ ബന്ധുക്കളുടെയോ പ്രിയപ്പെട്ട ആരെങ്കിലും അന്തരിച്ചു എന്നാണെങ്കിൽ ഞാൻ നിസ്സഹായനാണ്. എന്നാൽ, ഞാൻ പറയുന്നു, പാഴാകുന്ന ഒരു ആത്മപ്രശംസ എന്ന നിലയിലല്ല, ഒരു വ്യക്തി മരണാസന്നനാണെന്നു പറഞ്ഞാൽ അയാളെ രക്ഷിക്കാനും ആരോഗ്യപൂർണ്ണമായ ജീവിതത്തിലേക്കു തിരിച്ചുകൊണ്ടുവരുവാനുമുള്ള അത്ഭുതകരമായ ദിവ്യശക്തി എന്റെ കരങ്ങൾക്കുണ്ട്."

നൂറു യുദ്ധങ്ങൾ ജയിച്ച കോൺ രാജാവ് മറുപടിയായി ഇങ്ങനെ പറഞ്ഞു:

"ഞങ്ങളുടെ സങ്കടം താങ്കൾ വിചാരിക്കുന്നതുപോലെയുള്ള ഒന്നല്ല. എല്ലാവർക്കുമറിയാവുന്ന അപമാനകരമായ ഒരു കാര്യമാണത്. ഞാനത് താങ്കളോട് എന്തിനു പറയാതിരിക്കണം. ഞങ്ങൾ ഇവിടെ ഒരുമിച്ചു കൂടിയിരിക്കുന്നതിന്റെയും മൂകമായ അന്തരീക്ഷത്തിന്റെയും കാരണം അതാണ്. വടക്ക് സ്ലീവ് ഗള്ളിയൻ മലകളിൽ കരുത്തനായ ഒരു മന്ത്രവാദി താമസമുണ്ട്. അല്ലൻ എന്നാണ് പേര്. മിഡ്നയുടെ മകനാണ് അയാൾ. അവന്റെ മഹാശക്തിയോളംതന്നെ ശത്രുത അവന് എന്നോടുണ്ട്. എല്ലാവർഷവും ഈ ഉത്സവദിനത്തിൽ താരാനഗരം കത്തിക്കുക എന്നത് അവന്റെ വിനോദമാണ്. അവന്റെ വായിൽനിന്നു പുറപ്പെടുന്ന അഗ്നിഗോളങ്ങളിൽ ഈ നഗരവും കൊട്ടാരവും കഴിഞ്ഞ ഒൻപതു വർഷം

ദഹിച്ചു. എന്നിട്ട് അവൻ വിശ്വവിജയിയെപ്പോലെ അട്ടഹസിക്കും. ഓരോ വർഷവും ഈ കൊട്ടാരവും നഗരവും പുതുക്കിപ്പണിഞ്ഞുവരുന്നു. ഇത് ഞങ്ങൾക്ക് ലജ്ജാകരമായിരിക്കുന്നു."

ഫിൻ ഇടയ്ക്കു കയറി ചോദിച്ചു: "താങ്കളുടെ യുവയോദ്ധാക്കളോ? അവർക്ക് അല്ലനെ വകവരുത്താനാവില്ലേ?"

"കൊള്ളാം" കോൺ പറഞ്ഞു: "ഈ മനുഷ്യന്റെ മുൻപിൽ ഞങ്ങളുടെ ശൗര്യം വിലപോകുന്നില്ല. ഞങ്ങളുടെ സേനാംഗങ്ങൾ താരാനഗരിയെ വളഞ്ഞുനില്ക്കുന്നുണ്ട്. അവർ കണ്ണിൽ എണ്ണ ഒഴിച്ചെന്നപോലെ നിരീക്ഷിക്കുന്നുണ്ട്. എന്നാൽ ഈ സമയത്ത് ഞങ്ങൾ നിസ്സഹായരായി ത്തീരുന്നു. മിഡ്നയുടെ മകൻ അയാളുടെ മാന്ത്രികോപകരണങ്ങളിൽ നിന്ന് വശ്യമധുരമായ സംഗീതം പൊഴിക്കും. ആ സംഗീതം ഞങ്ങളുടെ കൺപോളകളിൽ കനം നിറയ്ക്കും. ഓരോരുത്തരായി മണ്ണിൽവീണ് അഗാധമായ നിദ്രയിലേക്കു പോകും. ഈ സമയത്ത് അല്ലൻ വരും. നഗരത്തെ ചുട്ടുചാമ്പലാക്കും. ഇന്നുരാത്രി ഇത് ആവർത്തിക്കും. കഴിഞ്ഞ വർഷം – താരാനഗരത്തെ സംരക്ഷിക്കുവാൻ കടപ്പെട്ട രാജാവും അയർലണ്ട് മഹാരാജാവുമായ എനിക്കു പറയാൻ ലജ്ജ തോന്നുന്നു – ഈ സമയത്ത് എന്റെ സഹായത്തിനായി ഗൗൾ മക് മോർണയെയും ഫിയൻസിനെയും ഞാൻ ക്ഷണിച്ചുവരുത്തുകയായിരുന്നു. അവർ വന്നുവെങ്കിലും മിഡ്നയുടെ മകന്റെ അസാധാരണമായ മാന്ത്രികസംഗീതം അവരെയും നിദ്രയിലാഴ്ത്തിക്കളഞ്ഞു. താരാനഗരം ഭസ്മമായി. കഴിഞ്ഞവർഷത്തെപ്പോലെ ഈ വർഷവും അവർ വരുമെന്നു ഞാൻ കരുതുന്നു. മറിച്ചു വിശ്വസിക്കാൻ യാതൊരു ന്യായീകരണവും കാണുന്നില്ല. താരാനഗരത്തിൽനിന്ന് സ്ത്രീകളെയും കുട്ടികളെയും ഞാൻ മാറ്റിപ്പാർപ്പിച്ചു കഴിഞ്ഞു. യുദ്ധോദ്യുക്തരായ സേനാംഗങ്ങൾ മാത്രമേ ഇപ്പോൾ ഇവിടെയുള്ളൂ. ഞങ്ങൾ ആ നിമിഷം പ്രതീക്ഷിച്ചിരിക്കുകയാണ്. മാന്യനായ യുവയോദ്ധാവേ, ഞങ്ങൾ ദുഃഖിതരായിരിക്കുന്നതിന്റെ കാരണം ഇതാണ്. ഈ മനുഷ്യന്റെ ശക്തിയിൽ താരയുടെ ശക്തിയും ഐശ്വര്യവും ഫിയൻസിന്റെ ധൈര്യവും എല്ലാം അസ്തപ്രഭമാകുന്നു."

"ഇയാളെ കൊന്ന് താരയെ രക്ഷിച്ചാൽ എനിക്കെന്താകും സമ്മാനം?" ഫിൻ ചോദിച്ചു.

"അർഹതയുള്ള പിന്തുടർച്ചാവകാശം. അത് ചെറുതോ വലുതോ ആകട്ടെ, അത് അയർലണ്ടിനകത്തോ പുറത്തോ ആകട്ടെ. എന്റെ മകൻ ആർതിനെയും ഗൗൾ മക് മോർണയെയും സേനാധിപന്മാരെയും താങ്കളുടെ സംരക്ഷണത്തിനായി ഇതാ വിട്ടുതരുന്നു."

ഗൗൾ മക് മോർണയും സേനാധിപന്മാരും എല്ലാം, യോദ്ധാവ് ആരാണെന്നറിയാത്തതുകൊണ്ട് അല്പം വൈമനസ്യത്തോടെയാണെങ്കിലും രാജാവിന്റെ നിർദ്ദേശം അംഗീകരിച്ചു.

ഏവരും എഴുന്നേറ്റു. സേനാനായകരെല്ലാം യുദ്ധസന്നദ്ധരായി. കുതിരപ്പടകളും കാലാൾപ്പടകളും താരാനഗരത്തെ വളഞ്ഞു. നൂറു യുദ്ധങ്ങ

ളുടെ ജേതാവ് കോൺ ആത്മവിശ്വാസത്തോടെ, ജനസംരക്ഷകനായി എഴുന്നേറ്റു. ഗൗൾ മക് മോർണ മൂന്നു തവണ വണങ്ങി. അദ്ദേഹം ഫിയൻസിനെ അഭിസംബോധന ചെയ്തു. വാളും പരിചയും ധരിച്ച യോദ്ധാക്കൾ ആക്രമണോത്സുകരായി.

സ്വീകരണഹാളിൽ ഫിൻ തനിച്ചായി. അല്പം വിശ്രമത്തിനുശേഷം കൈയും മുഖവും ശുദ്ധജലത്തിൽ കഴുകിത്തുടച്ചു. അച്ഛനിൽനിന്നു ലഭിച്ചിട്ടുള്ള വിശുദ്ധവും മാന്ത്രികവുമായ യുദ്ധോപകരണങ്ങൾ ധരിച്ചു. ഇടതുകൈയിൽ പരിചയും വലതുകൈയിൽ മന്ത്രശക്തിയുള്ള കുന്തവുമേന്തി ഫിൻ നിന്നു. കുന്തത്തിൽ അറേബ്യൻ സ്വർണ്ണത്തിന്റെ ഇരുപത് ആണികൾ നക്ഷത്രസമാനം തിളങ്ങി. അതിന്റെ നാക്ക് അഗ്നിനാളംപോലെ വിറയ്ക്കുന്നുണ്ടായിരുന്നു. കുന്തത്തിന്റെ പകുതി മുതൽ അഗ്രം വരെ ജീവനുള്ളതുപോലെ തോന്നി. അതിൽനിന്ന് 'തുവാത്തദെ ദനാൻ' എന്ന ഐറിഷ്വർഗ്ഗത്തിന്റെ പ്രാചീന യുദ്ധസംഗീതം ഉയർന്നുകൊണ്ടിരുന്നു. ഫിന്നിന്റെ മേലങ്കിയും മാന്ത്രികശക്തിയുള്ളതായിരുന്നു. നീലാകാശംപോലെ തിളങ്ങിയ അതിൽ നക്ഷത്രജാലം കൺചിമ്മുന്നുണ്ടായിരുന്നു. ഇതു സമ്മാനിച്ച അച്ഛൻ, മകൻ ഇവ അണിഞ്ഞു കാണാനാവാതെ സ്വർഗ്ഗസ്ഥനായിത്തീർന്നിരുന്നു.

ഫിൻ വർദ്ധിതവീര്യനായി കൊട്ടാരത്തിന്റെ മുൻപിലേക്കിറങ്ങി. താരാനഗരത്തെച്ചുറ്റിയുള്ള പ്രകാശവലയം കണ്ടു. കോണിന്റെ യോദ്ധാക്കൾക്കും ഫിയൻസിനും വെളിച്ചം നല്കുന്നതിനുള്ള സംവിധാനമായിരുന്നു അത്. യോദ്ധാക്കൾ ഞെക്കുവിളക്കുകളും അണിഞ്ഞിരുന്നു. പ്രധാന മന്ദിരങ്ങളെല്ലാം പ്രകാശത്തിൽ കുളിച്ചുനിന്നു. ബോയിനിലേക്കുള്ള ഇരുൾ നിറഞ്ഞ വഴികളിലും എണ്ണമറ്റ യോദ്ധാക്കൾ നിലയുറപ്പിച്ചിരുന്നു. മിഡ്നയുടെ മകന്റെ വരവ് എപ്പോഴും അവർ പ്രതീക്ഷിക്കുന്നു. താരയുടെ നാലു സ്തൂപങ്ങളുടെ ചുറ്റിലും, എന്തിന് നൂറു യുദ്ധങ്ങളുടെ ജേതാവായ കോൺ മഹാരാജാവിനെ വളഞ്ഞും സേനാംഗങ്ങൾ നിലയുറപ്പിച്ചു.

കൊട്ടാരത്തെ പിന്നിലാക്കി, മാന്ത്രികക്കുന്തവും മാന്ത്രികപ്പരിചയും മാന്ത്രികക്കവചവും ധരിച്ച് ഫിൻ നിലകൊണ്ടു.

സമയം അർദ്ധരാത്രിയോടടുത്തു. അങ്ങു വടക്ക് സ്ളീവ് ഗള്ളിയൻ മലനിരകളിൽനിന്ന്, ഏതോ ദുർദ്ദേവതയുടെ ശബ്ദം എന്നപോലെ, ഫ്ളൂട്ടിൽനിന്ന് ഒഴുകുന്ന പ്രത്യേക സംഗീതം, സൗമ്യവും പതിഞ്ഞതുമായ ശബ്ദത്തിൽത്തുടങ്ങി, ക്രമേണ അത് ദൃഢവും ഉയർന്നതുമായ ശബ്ദത്തിലേക്ക് വളരുന്നു. കോൺ രാജാവ് ഒന്നലറി. ഗൗൾ മക് മോർണയുടെ ശബ്ദം ഇടിനാദംപോലെ മുഴങ്ങി. ക്യാപ്റ്റന്മാരുടെ ശബ്ദഘോഷം. പരിചയിൽ വാൾ ഉരസി യോദ്ധാക്കൾ ആക്രോശിക്കുന്നു. ഈ ശബ്ദഘോഷങ്ങളെ എല്ലാം നിഷ്പ്രഭമാക്കിക്കൊണ്ട് സ്ളീവ് ഗള്ളിയൻ മലനിരകളിൽനിന്നുവന്ന ശബ്ദം താരയെ പ്രകമ്പനംകൊള്ളിച്ചു. അയർലണ്ടിൽ മുഴുവൻ ആ ശബ്ദം അലയടിച്ചു. കടൽത്തിരമാലകളിലും അതു

പ്രതിദ്ധ്വനിച്ചു.

ഫിൻ തന്റെ കുന്തത്തിന്റെ കൂർത്ത അഗ്രം നെറ്റിയുടെ മദ്ധ്യത്തിൽ വച്ചു. അഗ്നി എന്നവണ്ണം ഫിന്നിന്റെ വീര്യം ആളിക്കത്താൻ തുടങ്ങി. യോദ്ധാക്കളും ക്യാപ്റ്റന്മാരും കുറേശ്ശെക്കുറേശ്ശെയായി ഉറക്കത്തിന്റെ നീരാളിപ്പിടിത്തത്തിൽപ്പെട്ടപോലെ താഴേക്കുവീണുതുടങ്ങി. ഫ്ളൂട്ടിന്റെ സംഗീതത്തെത്തുടർന്ന് തന്തിവാദ്യത്തിന്റെ മധുരനാദം ഉയർന്നുതുടങ്ങി. ഫിൻ വീണ്ടും തന്റെ കുന്തത്തിന്റെ മുന നെറ്റിയിൽവച്ചു. എല്ലാ വിളക്കുകളും അണഞ്ഞിരിക്കുന്നു, എല്ലാവരും ഉറക്കത്തിലേക്ക് ആണ്ടിരിക്കുന്നു. കോൺ രാജാവ് ഒരു മദ്യപനെപ്പോലെ കുഴഞ്ഞ് നിലംപതിക്കുന്നതും ഫിൻ കണ്ടു. രാജാവിന്റെ വീഴ്ചയിൽ കരയുന്നവണ്ണം കടൽ ഇരമ്പിമറിയുന്ന ശബ്ദം കേൾക്കാം. വീണുകിടക്കുന്ന യോദ്ധാക്കൾക്കിടയിൽ, കുന്നിൻചെരിവിൽ, ഇരുളിൽ ഫിൻ അടുത്ത നിമിഷങ്ങൾക്കായി കാത്തുനിന്നു.

ബോയിൻ കടന്നുവരുന്ന ഭീമാകാരനായ മന്ത്രവാദിയുടെ കാല്പെരുമാറ്റം ഫിൻ കേട്ടു. താരയുടെ ഭാഗത്തേക്കാണ് അയാൾ നടന്നടുക്കുന്നത്. എല്ലാവരും ഉറക്കമായി എന്ന് അയാൾ ഉറപ്പാക്കി. അയാൾ വായ തുറന്ന് നീലയും ചെമപ്പും കലർന്ന അഗ്നിഗോളം പുറത്തേക്കുവിട്ടു. ഫിൻ തന്റെ മാന്ത്രികക്കവചംകൊണ്ട് അഗ്നിഗോളം പിടിച്ചെടുത്തു നിർവീര്യമാക്കി. രണ്ടാമതും മൂന്നാമതും പാഞ്ഞുവന്ന അഗ്നിഗോളങ്ങളെയും മേലങ്കി വിഴുങ്ങി. തന്റെ മന്ത്രവാദംകൊണ്ട് താരയെ നശിപ്പിക്കുന്ന വിദ്യ പാളുകയാണ് എന്ന് അയാൾക്കു തോന്നി. മന്ത്രവാദി പിൻവാങ്ങി. ഫിൻ മേലങ്കി നിലത്തിട്ടു.

മന്ത്രവാദി ഫിന്നിനെ കണ്ടു. തന്നെ ജയിക്കാൻപോകുന്ന യോദ്ധാവിനുനേരേ അയാൾ രൂക്ഷമായി നോക്കി. മന്ദമാരുതനെപ്പോലെ മലയിലൊഴുകിനടക്കുന്ന മന്ത്രവാദിയെ ഫിൻ കണ്ടു. കൈയിലുള്ള മാന്ത്രികക്കുന്തം, മൃഗത്തെക്കണ്ട വേട്ടപ്പട്ടിയെപ്പോലെ തിളയ്ക്കാൻ തുടങ്ങി. 'പോകൂ' എന്നു പറഞ്ഞ് ഫിൻ കുന്തം തൊടുത്തുവിട്ടു. മൂളിയും മുരണ്ടും ഇരുട്ടിൽക്കൂടി ആ കുന്തം പാഞ്ഞു. അതിന്റെ മുന്നറ്റത്തു തീയാളുന്നുണ്ടായിരുന്നു. ആ വെളിച്ചം നോക്കിനടന്ന ഫിൻ ചെന്നു നിന്നത്, കുന്തം തറച്ചു കയറിയ നെഞ്ചിൽനിന്നു ചോരയൊലിപ്പിച്ച് തറയിൽക്കിടക്കുന്ന മിഡ്നയുടെ മൃതദേഹത്തിനടുത്താണ്. കുന്തം സ്വയം ഉയർന്ന് ഫിന്നിന്റെ കൈയിൽ വന്നുനിന്നു. ഫിൻ വാളൂരി, താരയുടെ നിത്യശത്രുവിന്റെ തലയറുത്തു. മിഡ്നയുടെ രക്തമൊലിക്കുന്ന തലയുമായി ഫിൻ താരപർവ്വതത്തിലേക്കു നടന്നു.

ഫിൻ, മന്ത്രവാദിയുടെ തീഗോളങ്ങളെ തടഞ്ഞുനിർത്തിയ മേലങ്കി ഉപേക്ഷിച്ച സ്ഥലത്ത് ഒരു ഗർത്തം ഉണ്ടായി. ഗർത്തത്തിൽനിന്ന് തീയും പുകയും ഉയരുന്നതു ഫിൻ കണ്ടു. ഗർത്തത്തിന് ഇരുപത് അടി ആഴം ഉണ്ടെന്നും ഫിൻ മനസ്സിലാക്കി. അതിലെ തീയും പുകയും ഒരിക്കലും അണയുന്നില്ല. മിഡ്നയുടെ അഗ്നി എന്ന് ഇതിനെ വിളിക്കുന്നു. താര

പർവ്വതത്തിന്റെ വടക്കൻ ചെരിവിലാണ് ഈ അഗ്നികുണ്ഡം. ഈ സ്ഥല ത്തിന് മേലങ്കിയുടെ താഴ്‌വര എന്നു പേര്.

ഫിൻ, മിഡ്‌നയുടെ തലയുമായി താരാ കൊട്ടാരത്തിന്റെ മുൻപി ലെത്തി. എവിടെയും ഉറങ്ങിക്കിടക്കുന്ന യോദ്ധാക്കൾ. കുന്തമുനയിൽ അയാൾ മിഡ്‌നയുടെ തല കോർത്തു. കുന്തം മണ്ണിൽ കുത്തിനിർത്തി.

ഫിൻ തളർന്നു. തല കറങ്ങുന്നതുപോലെയും വീഴാൻ പോകുന്നതു പോലെയും ഫിന്നിനു തോന്നി. ആശ്ചര്യകരമായ ഗുണവിശേഷം ഓർമ്മി ച്ചുകൊണ്ട് ജലം നിറഞ്ഞിരിക്കുന്ന വെള്ളിപ്പാത്രത്തിനരികെ ചെന്ന്, ഇരു കൈകളിലും ജലമെടുത്ത് ആവോളം ഫിൻ കുടിച്ചു. സിരകളിൽ രക്തം ഓടാൻ തുടങ്ങി. കൈകാലുകൾക്ക് പൂർവ്വശക്തി തിരിച്ചുകിട്ടി. കവിളു കൾ പഴയരീതിയിലേക്കുവന്നു.

അല്പനേരം വിശ്രമിച്ചശേഷം പൂർണ്ണാരോഗ്യവാനായി എഴുന്നേറ്റ ഫിൻ, ഉറങ്ങിക്കിടന്ന പടനായകന്മാർക്കുനേരേ ആക്രോശിച്ചു. സേനാ ധിപന്മാരെ പേരുപറഞ്ഞുതന്നെ അദ്ദേഹം വിളിച്ചു. ആദ്യം വിളിച്ചത് കോണിനെയാണ്.

എല്ലാവരും എഴുന്നേറ്റു. അവർ അന്ധാളിച്ചു നില്പായി. അവർക്ക് തങ്ങളുടെ കണ്ണുകളെയും കാതുകളെയും വിശ്വസിക്കാനാവുന്നില്ല. താരാ നഗരം ഒരു കേടുപാടും കൂടാതെ നിലനില്ക്കുന്നു എന്നത് അവർക്ക് അത്ഭുതമായിരുന്നു.

ക്യാപ്റ്റന്മാർ എല്ലാം ഫിന്നിനെ സമീപിച്ചു. ഫിൻ അവരോടായി പറഞ്ഞു: "മിഡ്‌നയെ ഞാൻ ഉന്മൂലനം ചെയ്തു."

"അവന്റെ തല എവിടെ?" വിശ്വസിക്കാനാവാതെ അവർ ഒരേ സ്വര ത്തിൽ ചോദിച്ചു. മാത്രമല്ല, ജേതാവിനു സമ്മാനം കിട്ടണമെങ്കിൽ കീഴ ടക്കപ്പെട്ട രാജാവിന്റെ ശിരസ്സു കൊണ്ടുവരണമായിരുന്നു.

"വരൂ, കാണിച്ചുതരാം." ഫിൻ പറഞ്ഞു.

കോണും ആർതും ഗൗൾ മക് മോർണയും ഫിന്നിനെ അനുഗമി ച്ചു. അപ്പോഴും നീണ്ട മെഴുകുതിരി നാളങ്ങൾ വെളിച്ചം പകരുന്ന ടെക് മിക് കുവാർത എന്ന ഭാഗത്ത്, ഹാളിന്റെ അറ്റത്ത്, തങ്ങൾ അനശ്വര നെന്നു കരുതിയിരുന്ന മിഡ്‌നയുടെ ശിരസ്സ് അവർ കണ്ടു. അവർ ആഹ്ലാ ദംകൊണ്ട് പൊട്ടിച്ചിരിച്ചു. ഫിന്നിനെ അവർ അഭിനന്ദനങ്ങൾകൊണ്ടു വീർപ്പുമുട്ടിച്ചു.

"ആരാണ് താങ്കൾ, ശക്തിമാനായ യുവയോദ്ധാവേ" കോൺ തുടർന്നു: "തീർച്ചയായും താങ്കൾ ഏതോ ശക്തിമാനായ രാജാവിന്റെയോ ചാമ്പ്യന്റെയോ വീരപുരുഷന്റെയോ മകനാണ്. താങ്കളുടെ അസാമാന്യ മായ ശക്തിയും കർമ്മവീര്യവും സാധാരണ യോദ്ധാക്കളിൽ കാണുക സാദ്ധ്യമല്ല."

കാട്ടുപന്നിയുടെ തൊലിയിലുള്ള പുതപ്പുമാറ്റി, അച്ഛന്റെ പടച്ചട്ട കാണിച്ചുകൊണ്ട് ഫിൻ ഉച്ചത്തിൽ ഇങ്ങനെ പറഞ്ഞു:

"ഞാൻ ഫിൻ. ബാഡ്‌നയുടെ മകൻ ട്രെൻമോറിന്റെ പുത്രൻ

കുളിന്റെ മകൻ. ആരെയാണോ ജനിച്ചപ്പോൾ മുതൽ മോർണയുടെ മക്കൾ കൊല്ലാനായി വേട്ടയാടിയത് ആ ഫിൻ ആകുന്നു ഞാൻ. അയർല ണ്ടിലെ രാജാക്കന്മാരുടെ രാജാവേ, അങ്ങയുടെ വാഗ്ദാനം നിറവേറ്റാൻ ഞാൻ ഈ വേളയിൽ ആവശ്യപ്പെടുന്നു. എന്റെ പിന്തുടർച്ചാവകാശം പുനഃസ്ഥാപിക്കപ്പെടട്ടെ. ഫിയന്നയുടെ നേതൃത്വം എനിക്കു ലഭിക്കട്ടെ."

ഗൗൾ മക് മോർണ വലതുകരംകൊണ്ട് ഫിന്നിന്റെ വലതുകരത്തിൽ പിടിച്ചു, ഫിന്നിന്റെ പിൻഭാഗത്തുചെന്നുനിന്നു. തുടർന്ന് അദ്ദേഹത്തിന്റെ സഹോദരന്മാരും മക്കളും അവരുടെ മക്കളും എല്ലാം അങ്ങനെ ചെയ്തു. തുടർന്ന് എല്ലാ സേനാനായകന്മാരും ആ രാത്രിയിൽ ഫിന്നിന്റെ നേതൃ ത്വത്തിൻകീഴിലായി. അയർലണ്ടിലെ ഫിയന്ന എന്ന സൈന്യത്തിന്റെ നേതാവായി ഫിൻ അംഗീകരിക്കപ്പെട്ടു. പർവ്വതങ്ങളും മലകളും വന ങ്ങളും മരങ്ങളും നദികളും തടാകങ്ങളും തുറമുഖങ്ങളും കപ്പലുകളും ബോട്ടുകളും എന്തിന് സർവ്വതും ഫിന്നിന്റെ അധീനതയിലായി.

കടൽക്കഥകൾ
- ലേഡി ഗ്രിഗറി

Sea Stories
- Lady Gregory

[ലേഡി ഗ്രിഗറി (1852–1932)യുടെ പൂർണ്ണമായ പേര് ഇസബല്ല അഗസ്താ ലേഡി ഗ്രിഗറി എന്നാണ്. നാടകകൃത്തും ഫോക്‌ലോറിസ്റ്റും തിയേറ്റർ മാനേജരുമായിരുന്നു. ഡബ്ളിയു ബി യീറ്റ്സ്, എഡ്വർഡ് മാർട്ടിൻ എന്നിവരോടൊപ്പം ഐറിഷ് ലിറ്ററി തിയേറ്ററിന്റെയും ആബി തിയേറ്ററിന്റെയും സ്ഥാപനത്തിൽ പങ്കാളിയായി.

കൂച്ച്ലെയ്ൻ ഓഫ് മുർത്യുമ്നെ (1903), *ഗോഡ്സ് ആന്റ് ഫൈറ്റിങ് മെൻ* (1904), *സെവൻ ഷോർട്ട് പ്ലേയിസ്* (1909), *ഐറിഷ് ഫോക്ക് ഹിസ്റ്ററി പ്ലേയിസ്* (1920), *ദ ഡ്രാഗൺ, എ വണ്ടർ പ്ലേ ഇൻ ത്രീ ആക്ട്സ്* (1920), *ദ സ്റ്റോറി ബ്രോട്ട് ബൈ ബ്രിജിഡ്* (1924) തുടങ്ങി നിരവധി കൃതികൾ. കടലോരമേഖലകളിൽ സഞ്ചരിച്ച് തീരദേശവാസികളിൽനിന്നു ശേഖരിച്ച കടൽ സംബന്ധമായ കഥകൾ ആണ് 'കടൽക്കഥകൾ'.]

ഡൺ കോണർ കുന്നിലെ ഒരാൾ എന്നോടു പറഞ്ഞു:

"കരയിലുള്ളതെല്ലാം കടലിലുണ്ട്. കടലിൽ കുതിരയുമുണ്ട്. ചാരനിറമുള്ള ഒരു കുതിര ഒരിക്കൽ ദൂരെ കടലിൽ നീന്തുന്നതു കണ്ടു. ഉത്തര അയർലണ്ടിലെ മൂന്നുപേർ ഒരിക്കൽ മീൻ പിടിക്കാൻ ഉൾക്കടലിൽ പോയപ്പോൾ അവരുടെ വലയിൽ ഒരു കുതിര അകപ്പെട്ടു. അവർ അതിനെ പണിപ്പെട്ടു വലയിൽനിന്നു പുറത്തെടുത്തു കടലിൽ വിട്ടു. ബോട്ടിൽ വലിച്ചു കയറ്റിയിരുന്നെങ്കിൽ അത് ബോട്ട് കഷണങ്ങൾ ആക്കിയേനേ. കിൻപാറയിൽ ഒരു വർഷം മുൻപ് പാടത്തു വിളഞ്ഞ ഓട്സ് മുഴുവൻ അഞ്ചാറു കടൽക്കുതിരകൾ വന്നു തിന്നുതീർത്തു. കടൽക്കുതിരകൾ പാടത്തു മേയുന്നതുകണ്ട് കർഷകർ ഓടിച്ചെന്നപ്പോഴേക്കും അവ കടലിലേക്കു പാഞ്ഞുകളഞ്ഞു.

വടക്കൻ അയർലണ്ടിൽ ഒരാൾ പാറപ്പുറത്തിരുന്നു മീൻ പിടിക്കുമ്പോൾ ഒരു മത്സ്യകന്യക കടലിൽ പൊങ്ങിവന്നു. പകുതി സ്ത്രീരൂപവും പകുതി മത്സ്യരൂപവും ആയിരുന്നു. അയാൾ ദൈവത്തെ വിളിച്ചുപോയി. മത്സ്യകന്യക വേഗം കടലിൽച്ചാടി അപ്രത്യക്ഷമായി.

ദ്വീപിന്റെ മറുഭാഗത്തു മേയാൻവിട്ട കന്നുകാലികളെ കൂട്ടിക്കൊണ്ടുവരാൻവേണ്ടി എന്റെ സുഹൃത്ത് കുട്ടിയെ പറഞ്ഞയച്ചു. നേരം സന്ധ്യയാകുന്നതേ ഉള്ളൂ. അവൻ കരഞ്ഞുകൊണ്ട് ഓടിത്തിരിച്ചെത്തി. മുപ്പതോളം കടൽക്കുതിരകൾ ഒച്ചവച്ചുകൊണ്ട് റോഡിൽക്കൂടി ഓടിവരുന്നതു ദൂരെനിന്നു കണ്ടു എന്ന് അവൻ പറഞ്ഞു. അവിടെ കുതിരകളെ ആരും വിടാറില്ല. കന്നുകാലികളെ കണ്ടുമില്ല. തീർച്ചയായും കരയിലുള്ളതെല്ലാം കടലിലുമുണ്ട്. ടൈറോണിൽനിന്ന് എന്റെ അച്ഛൻ ആഴക്കടലിൽ മീൻപിടിക്കാൻ പോയി. രാത്രിയാണ്. ബോട്ടിന്റെ പിറകിൽ, കടലിൽ മെഴുകുതിരി വെളിച്ചംപോലെ തിളങ്ങുന്ന രണ്ടു കണ്ണുകൾ കണ്ടു. വലിയ ഒരു തിര വന്നു. പിറകെ ശക്തമായ കാറ്റും. തിരയുടെ മുകളിലേക്കുയർന്ന രൂപം അച്ഛൻ കണ്ടു. അതൊരു ജലകന്യകയായിരുന്നു. ബോട്ടു മുങ്ങാതിരിക്കാൻ അച്ഛൻ വളരെ പ്രയാസപ്പെട്ടു. തിരയുടെ ശക്തി കുറഞ്ഞപ്പോൾ ജലകന്യക അപ്രത്യക്ഷമായി. അച്ഛൻ മടങ്ങിവന്ന് പള്ളിയിൽ പോയി. വികാരിയിൽനിന്നു വാങ്ങിയ വിശുദ്ധജലവും ഒരല്പം ഉപ്പും എപ്പോഴും അച്ഛൻ ബോട്ടിൽ സൂക്ഷിക്കുന്നു. പിന്നീട് ജലകന്യകയെ കാണുകയോ അപകടത്തിൽപ്പെടുകയോ ചെയ്തിട്ടില്ല."

ഗാൽവെ ഉൾക്കടൽ ഭാഗത്തെ ഒരു കൊഞ്ചുവില്പനക്കാരൻ എന്നോടു പറഞ്ഞു:

"കരയിലെന്നപോലെ കടലിലും മനുഷ്യരുണ്ട്. അവരുടെ ബോട്ടുകൾ ഉൾക്കടലിൽ വരാറുണ്ട്. അവർ നമ്മെപ്പോലെതന്നെയിരിക്കും. എന്നാൽ നമ്മൾ സമീപിച്ചാൽ അവർ പെട്ടെന്ന് അപ്രത്യക്ഷമായിക്കളയും.

ഒരിക്കൽ എന്റെ അമ്മ തീരത്തെ ബോട്ടുതട്ടിലടുക്കുന്ന ഒരു ബോട്ടു കണ്ടു. തലേദിവസം എന്റെ അച്ഛനും രണ്ടുപേരും ബോട്ടിൽ ഉൾക്കടലിൽ പോയിരുന്നു. ബോട്ടിന്റെ വരവുകണ്ട് അമ്മ വേഗം അത്താഴം തയ്യാറാക്കി. പുറത്തുചെന്നു നോക്കുമ്പോൾ ബോട്ടു കാണുന്നില്ല. അച്ഛന്റെ ബോട്ട് തീരമടുത്തത് രണ്ടു മണിക്കൂർ കഴിഞ്ഞാണ്.

ഇവിടെനിന്ന് മൂന്നുനാലു പേര് ഒരിക്കൽ ആഴക്കടലിൽ മീൻ പിടിക്കാൻ പോയി. ശാന്തമായ കടൽ. പെട്ടെന്ന് എന്തോ പൊട്ടിത്തെറിക്കുന്ന വലിയശബ്ദം കേട്ടു. നോക്കുമ്പോൾ കുറച്ചു ദൂരെ ഒരു ബോട്ട് പൊങ്ങി. പന്ത്രണ്ടു പേര് ജലത്തിൽ അരയറ്റം ഉയർന്നു. അവരുടെ കൈയിലുള്ള വടിവച്ച് തമ്മിൽത്തമ്മിൽ അടിക്കുന്നു. ആ ഭാഗത്തുമാത്രം കടൽരൂക്ഷം, മറ്റുള്ളിടമെല്ലാം കടൽ ശാന്തം.

ചിലപ്പോൾ ഞങ്ങൾ കടലിൽ അവിടവിടെ ഒരു പ്രത്യേക പ്രകാശം കാണാറുണ്ട്. 'ജാക്കിന്റെ വിളക്ക്' എന്നാണു ഞങ്ങൾ അതിനെ വിളിക്കുക. ഞങ്ങളെ വഴിതെറ്റിക്കാൻ കടൽ മനുഷ്യർ അയയ്ക്കുന്നതാണ് അത് എന്നു ചിലർ പറയുന്നു.

ഉൾക്കടലിൽ ചിലപ്പോൾ ഞങ്ങളുടെ ബോട്ടുകൾ അവർ വലിച്ചു താഴ്ത്താൻ ശ്രമിക്കാറുണ്ട്. അരാൻദ്വീപിൽനിന്ന് നാലുപേർ മീൻപിടിക്കാൻപോയി. രണ്ട് അച്ഛന്മാരും അവരുടെ ആൺമക്കളുമായിരുന്നു. വലിയ ഒരു കപ്പൽ സഹായാഭ്യർത്ഥനയുടെ അടയാളമായ കൊടി ഉയർത്തിക്കൊണ്ട് അവർക്കുനേരേ വരുന്നു. അതിലുള്ളവരെ രക്ഷിച്ചു ഗാൽവെയിൽ എത്തിക്കാം എന്നുകരുതി ഞങ്ങളുടെ ആളുകൾ വേഗം കപ്പൽ ലക്ഷ്യമാക്കി ബോട്ടു പായിച്ചു. പെട്ടെന്ന് കപ്പൽ അപ്രത്യക്ഷമായി. മാത്രമല്ല, രക്ഷിക്കാൻപോയ ബോട്ടും നാൽവരും കടലിൽ മുങ്ങി. പിന്നെ അവരെക്കുറിച്ച് യാതൊരു വിവരവും ലഭിച്ചില്ല.

ഒരിക്കൽ എന്റെ രണ്ടു സഹോദരന്മാർ മീൻപിടിക്കാൻ പോയി. വ്യാപാരസാദ്ധ്യതയുള്ളതും ചെറുതും വെള്ളിനിറമുള്ളതുമായ ഒരിനം മത്തിയായിരുന്നു അവരുടെ ലക്ഷ്യം. അതു സുലഭമായ ഇടങ്ങളിൽനിന്നു വലവീശിയപ്പോൾ കിട്ടിയത് വലിയ ഒരു പൂച്ചയെയാണ്. പുറത്തു രോമങ്ങളില്ല. അതിനെ തിരിച്ചു കടലിൽ വിട്ടു. തൊലിയുടെ അകഭാഗംപോലെയാണു പുറവും. അവർക്ക് അന്ന് മത്തി കിട്ടിയില്ല.

ഞങ്ങളുടെ തീരത്ത് ഒരാൾ കിടക്കുന്നത് ഒരിക്കൽ കണ്ടു. അപരിചിതനായ ഒരാളെ കണ്ട് ആളുകൾ ഓടിക്കൂടി. അയാൾ പരിഭ്രാന്തിയോടെ ഉറക്കെ നിലവിളിക്കാൻ തുടങ്ങി. കാര്യം മനസ്സിലാക്കിയ ഞങ്ങൾ അയാളെ കടലിലേക്ക് തള്ളിയിറക്കി വിട്ടു. പെട്ടെന്ന് അയാൾ അപ്രത്യക്ഷനാവുകയും ചെയ്തു. കരയിൽ എന്തെല്ലാം ഉണ്ടോ അതെല്ലാം കടലിലുമുണ്ട്. കരയിൽ മറ്റൊരിടത്ത് ഒരിക്കൽ ഇതുപോലെ ഒരാളെ കണ്ട് കടലിലേക്ക് തള്ളിവിട്ടപ്പോൾ അയാൾ നന്ദിസൂചകമായി തല കുനിച്ചിട്ടാണ് അപ്രത്യക്ഷനായത്.

അരാൻദ്വീപുകൾക്കിടയിലുള്ള കടലിൽ എപ്പോഴും കുതിരകൾ ചാടിക്കളിക്കുന്നതു ഞങ്ങൾ കാണാറുണ്ട്.

ഒരിക്കൽ റ്റൂലി പള്ളിമുറ്റത്ത് വലിയ ഈൽമത്സ്യത്തെപ്പോലെ ഒരു രൂപം എത്തുകയും അടക്കംചെയ്ത മൃതദേഹങ്ങൾ കുത്തിയിളക്കിയിടുകയും ചെയ്തു. ഒച്ചകേട്ട് ആളുകൾ വന്നപ്പോഴേക്കും അതു പെട്ടെന്ന് കടലിൽച്ചാടി അപ്രത്യക്ഷമായി. പിന്നെ അതിനെപ്പറ്റി കേട്ടിട്ടില്ല.

ചുരാൻ കുടുംബാംഗമായ ഒരാൾ എന്നോട് ഒരു സംഭവം പറഞ്ഞു. അയാൾ രാത്രിയിൽ സമുദ്രതീരത്ത് ഒച്ചകേട്ട് ചെന്നുനോക്കുമ്പോൾ ഉറച്ച മണലിൽ ഒരു ബോട്ട് ഇരിക്കുന്നു. നല്ല പ്രകാശമുണ്ട്. കുറെ ആളുകൾ ചുറ്റുംനിന്ന് ബോട്ടിലേക്ക് തടി കയറ്റുകയാണ്. അയാൾ പേടിച്ച് വീട്ടി

ലേക്കോടി. സംഭവത്തിനുശേഷം നാലു മണിക്കൂർ കഴിഞ്ഞ് സൂര്യനുദിച്ചശേഷം അയാൾ സംഭവസ്ഥലത്തു ചെന്നപ്പോൾ അവിടെ ഒന്നുമില്ല. ബോട്ട് അവിടെ കിടന്നതിന്റെയോ ആളുകൾ സഞ്ചരിച്ചതിന്റെയോ ഒരടയാളവും അവിടെയില്ല. അതിനടുത്തൊരിക്കൽ ഒരു ജലകന്യകയിരുന്ന് തലമുടി കോതുന്നത് ഒരാൾ കണ്ടു. അത് ഒരു സാധാരണ മനുഷ്യസ്ത്രീയെപ്പോലെതന്നെയിരുന്നു."

ഒരിക്കൽ ജോൺ കോർലി എന്നോടു പറഞ്ഞു:

"കടൽയാത്രയിൽ ഒരു മത്സ്യകന്യകയെ കാണുന്നത് അശുഭലക്ഷണമാണ്. മാത്രമല്ല, എന്തെങ്കിലും ദോഷം ഉണ്ടാകുമെന്ന് ഉറപ്പുമാണ്.

ഒരിക്കൽ അമേരിക്കയിലേക്ക് ഒരു കപ്പൽ പോവുകയാണ്. കപ്പലിനെ പിന്തുടർന്ന് ഒരു മത്സ്യകന്യക കടലിൽ ഇളകിക്കളിക്കുന്നു. കാറ്റ് ശക്തമായി വീശിത്തുടങ്ങി. "ഈ കപ്പലിൽ ആരോ ഒരാൾ ദൗർഭാഗ്യവാനുണ്ട്, അയാളെയാണ് മത്സ്യകന്യക പിന്തുടരുന്നത്. ആളെ കണ്ടെത്തി അയാളെ മത്സ്യകന്യകയ്ക്കു കൊടുക്കാം." എന്ന് കപ്പിത്താൻ പറഞ്ഞു. ദൗർഭാഗ്യമുള്ള വ്യക്തിയെ കണ്ടുപിടിക്കാനായി നറുക്കിട്ടു. നറുക്കുവീണത് ഒരു ഐറിഷുകാരനാണ്. "നമുക്ക് ഒരു ദിവസംകൂടി നോക്കാം'' – കപ്പിത്താൻ പറഞ്ഞു. രണ്ടാംദിവസം കാലാവസ്ഥ കൂടുതൽ മോശമാകുന്നതാണ് കണ്ടത്. മത്സ്യകന്യക പിന്തുടരുന്നുമുണ്ട്. അന്നും നറുക്കിട്ടു. നമ്മുടെ ഐറിഷുകാരനുതന്നെ നറുക്കുവീണു. "ഇന്നുകൂടി നമുക്ക് ക്ഷമിക്കാം, പാവത്തിനെ കടലിലെറിയാൻ ഒരു വിഷമം" – കപ്പിത്താൻ പറഞ്ഞു. മൂന്നാം ദിവസം കാലാവസ്ഥ കൂടുതൽ മോശമായി. നറുക്കിട്ടു. അന്നും ഐറിഷുകാരനുതന്നെ നറുക്കുവീണു.

"കുറച്ചുനേരം എന്നെ തനിച്ചുനില്ക്കാൻ അനുവദിക്കാമോ?" ദൗർഭാഗ്യവാനായ ഐറിഷുകാരൻ പറഞ്ഞു. അയാൾ കപ്പലിന്റെ മുകൾത്തട്ടിൽ പിറകറ്റത്ത് മത്സ്യകന്യക കാണത്തക്കവണ്ണം ചെന്നുനിന്നു.

മത്സ്യകന്യക അയാളെയും അയാൾ മത്സ്യകന്യകയെയും കണ്ടു.

അയാൾ ശ്രുതിമധുരമായ ഒരു ഐറിഷ്ഗാനം ആലപിക്കാൻ തുടങ്ങി. ക്രമേണ മത്സ്യകന്യക മയക്കമായി. എങ്കിലും അതു ജലത്തിൽ പൊങ്ങിക്കിടന്ന് കപ്പലിനെ പിന്തുടർന്നു. കപ്പൽ അമേരിക്കയിലെത്തി. ആളുകൾ മുഴുവൻ ഇറങ്ങിക്കഴിഞ്ഞു. കപ്പൽ ഉയർന്നു മറിഞ്ഞു കടലിൽ താണു. ദൃക്സാക്ഷിയാണ് എന്നോടിതു പറഞ്ഞത്.

ഗാൽവെ തീരത്ത് സ്പിഡ്ഡാൽ എന്ന സ്ഥലത്ത് ഒരു ബാലൻ മത്സ്യകന്യകയെ കാണുകയുണ്ടായി. കന്യക അവനെ കാണുന്നതിനുമുമ്പ് അവൻ അതിനെ കണ്ടു. മത്സ്യകന്യകയാണ് ആദ്യം കണ്ടിരുന്നതെങ്കിൽ അത് അവനെ കടലിലേക്കു പൊക്കിയെടുത്തുകൊണ്ടുപോയി മുക്കിയേനേ.

ചില സമയത്ത് ബോട്ടിനെ കരയിലേക്കു നയിക്കുന്ന പ്രകാശം ബോട്ടിനു മുൻപിൽ സഞ്ചരിക്കുന്നതു കണ്ടിട്ടുണ്ട്. എന്റെ സഹോദരന് ഒരനുഭവമുണ്ട്. ഒരിക്കൽ ഉൾക്കടലിൽവച്ച് പെട്ടെന്നു കാറ്റുവന്ന് അവന് ബോട്ട് മുൻപോട്ടു നയിക്കാൻ പ്രയാസമായി. മുൻപിൽ വെളിച്ചം കണ്ടു. രണ്ടു മനുഷ്യരൂപങ്ങൾ അവരുടെ വള്ളത്തിൽ കണ്ടു. അയൽക്കാർ ആരെങ്കിലും ആകും എന്ന് സഹോദരൻ ധരിച്ചു. അവരാരും വന്നില്ല എന്ന് അടുത്തദിവസം അറിയാൻ സാധിച്ചു.

കടൽത്തിരമാലയിറങ്ങി കടൽ ശൂന്യമായശേഷം തീരത്തെ മാലിന്യം നീക്കംചെയ്യുന്നതിനായി ചെന്നവർ മണലിനടിയിൽനിന്ന് തൈരു കടയുന്നതുപോലുള്ള ശബ്ദം കേൾക്കുകയുണ്ടായി.”

റൗണ്ട് സ്റ്റോൺ എന്ന സ്ഥലത്തുള്ള ഒരാൾ എന്നോടു പറഞ്ഞു:

“ഒരിക്കൽ മറ്റൊരാളുമൊത്ത് ബോട്ടിൽ കടലിൽ പോയി. വലിയ ഒരു കപ്പൽ ഞങ്ങളെ സമീപിക്കുന്നതായി കണ്ടു. ഇരുപതോളം ദീപങ്ങൾ അതിൽ പ്രകാശിക്കുന്നുണ്ടായിരുന്നു. കപ്പലിന്റെ തട്ടിൽ ആരെയും കാണാൻ കഴിഞ്ഞില്ല. ഗാൽവെയിൽ വരാറുള്ള ഫ്രഞ്ച് കപ്പലുപോലിരുന്നു അത്. കുറച്ചുനേരം അതു ഞങ്ങൾക്കരികിൽനിന്നശേഷം വളരെവേഗത്തിൽ കര ലക്ഷ്യമാക്കി പായുകയും കരയിലേക്കു കയറുകയും ചെയ്തു. പിന്നീടത് അപ്രത്യക്ഷമായി.

എന്റെ ഒരു സുഹൃത്ത് രാത്രിയിൽ കടലിലായിരിക്കുമ്പോൾ അവന്റെ ബോട്ടിന്റെ പിറകേ വിളക്കുതെളിച്ച് ഒരു കപ്പൽ വരുന്നതു കണ്ടു. അതിൽ നിറയെ ആളുകളും ഉണ്ടായിരുന്നു. കടൽത്തീരമണയാറാകുമ്പോൾ കരയിലെത്തിയ അവന്റെനേരേ അവർ ആക്രോശിച്ചു. അവൻ വേഗം വീട്ടിലെത്തി വിറകുകരി കത്തിച്ച് അതു വാരി കപ്പലിലേക്കെറിഞ്ഞു. ഒരുനിമിഷത്തിനുള്ളിൽ കപ്പൽ അപ്രത്യക്ഷമായി.”

ഒരു സ്കൂൾ മാസ്റ്റർ എന്നോടു പറഞ്ഞു:

“കഴിഞ്ഞ ദിവസം രാത്രി രണ്ടുപേർ അരാൻദ്വീപിലേക്ക് യന്ത്രസംവിധാനങ്ങളുമായി ബോട്ടിൽ പോയ സംഭവം ഒരു കുട്ടി എന്നോടു പറഞ്ഞു. അവർ ദ്വീപിലെത്തിയ ഉടൻ ഒരു കപ്പൽ തീരത്തേക്കടുക്കുകയും “നിങ്ങൾക്കുള്ള ഭക്ഷണം ഞങ്ങളിതാ കൊണ്ടുവന്നിരിക്കുന്നു” എന്ന് അതിലുള്ളവർ വിളിച്ചുപറയുകയും ചെയ്തു. എന്നാൽ തീരത്തെത്തിയ ഉടൻ കപ്പൽ അപ്രത്യക്ഷമായി. പെട്ടെന്ന് കടൽ പ്രക്ഷുബ്ധമായി. തിരകൾ ആഞ്ഞടിച്ചു. രണ്ടുപേരിൽ ഒരാൾ തിരയിൽപ്പെട്ട് ഒഴുകിപ്പോയി. അയാൾ പൊങ്ങിവരുന്നതും ഒരു തുഴ മാറോടുചേർത്തുപിടിച്ചിരിക്കുന്നതും കണ്ടു. കുറച്ചുകഴിഞ്ഞ് സുഹൃത്ത് തിരയിൽ അപ്രത്യക്ഷമായി.”

ജോൺ നാഗ്ലെ എന്നയാൾ എന്നോടു പറഞ്ഞു:

“കരയിലുള്ള ഒന്നിന് കടലിൽ പത്തുണ്ട്. ആർഡ്ഫ്രീ എന്ന

സ്ഥലത്ത് ഞാൻ താമസിക്കുമ്പോൾ വലിയവായിൽ കരച്ചിൽ കേൾക്കാത്ത ഒരു ദിവസം ഇല്ലായിരുന്നു. ലവ്റിയയിലുള്ള ഒരു റൊട്ടിക്കാരൻ തൂക്കത്തിലും അളവിലും കുറവുവരുത്തിയതിന് അയാൾക്ക് കടൽ മനുഷ്യർ നല്കിയ ശിക്ഷയുടെ ഫലമായിരുന്നു അത്.

ഒരുദിവസം രണ്ടു കപ്പലുകൾ മത്സരത്തിനെന്നപോലെ വേഗത്തിൽ കടലിലേക്കു കുതിച്ചു, കാണാതായി. എന്തിനെന്ന് ആർക്കും അറിയില്ലായിരുന്നു. സർക്കാരിന്റെ മുങ്ങൽ വിദഗ്ദ്ധർ കടലിൽ അന്വേഷണം നടത്തി. കടലിനടിയിൽ അയാൾ കണ്ടെത്തിയത്, ഒരു കപ്പലിന്റെ കപ്പിത്താനും ആളുകളും മേശയ്ക്കു ചുറ്റുമിരുന്നു ഭക്ഷണം കഴിക്കുന്നതാണ്. ജീവൻ ഭയന്ന് മുങ്ങൽ വിദഗ്ദ്ധർ അവർക്കരികിലേക്കു പോയില്ല."

ഒരു കൊച്ചു പെൺകുട്ടി എന്നോടു പറഞ്ഞു:

"ഒരിക്കൽ ഗാൽവെയിൽനിന്നുപോയ ഒരു ബോട്ടിനെ അനുഗമിച്ച് ഇരുപതു മൈൽ ദൂരം ഒരു സ്ത്രീരൂപം നീന്തി. ആക്രമിക്കുന്നതിനു മുൻപേ കപ്പലിലുള്ളവർ അതിനെ മുക്കിക്കളഞ്ഞു."

മിസിസ്സ് കാഡി പറഞ്ഞു:

"വീട്ടിൽ വന്ന ഒരാൾ എന്നോടു പറഞ്ഞതാണിത്. അയാൾ ചെറുപ്പമായിരുന്ന കാലത്തെ അനുഭവമാണ്. കുന്നിൻ മുകളിൽ കുറെ ആളുകളോടൊപ്പം ഇരിക്കുകയായിരുന്നു. അടുക്കലിരുന്ന ആളുകൾ പെട്ടെന്ന് രണ്ട് സംഘമായി പറക്കാൻ തുടങ്ങി. ഡുറാസിൽനിന്ന് കടൽപ്പായലുമായി തീരത്തേക്കുവരുന്ന ബോട്ടു ലക്ഷ്യമാക്കിയാണ് അവർ പറന്നത്. അവർ ബോട്ടിനുചുറ്റും വന്ന് കടൽജലം വറ്റിക്കുന്നു. അല്പസമയത്തിനുള്ളിൽ ബോട്ട് മണലിൽ ഉറച്ചു. ബോട്ടിൽ ഒരാൾ ഉണ്ടായിരുന്നു. അയാൾ ഏറെനേരം പ്രതികരിക്കാതെയിരുന്നു. കുറെനേരം കഴിഞ്ഞപ്പോൾ ബോട്ടിനുചുറ്റും പൊടിപടലംകൊണ്ടു നിറഞ്ഞു. വിവിധ നിറങ്ങൾ തെളിഞ്ഞു. ക്രമേണ ഓരോരുത്തരുടെയും മുഖം തെളിയാൻ തുടങ്ങി. പൊട്ടിച്ചിരിക്കുകയും പരസ്പരം ആലിംഗനംചെയ്യുകയും ചെയ്യുന്ന രൂപങ്ങൾ... അല്പസമയത്തിനുള്ളിൽ എല്ലാം അപ്രത്യക്ഷമായി.

അയലമീൻ പിടിക്കാൻ ഒരിക്കൽ എന്റെ അമ്മാവൻ ബോട്ടിൽ സഞ്ചരിക്കുമ്പോൾ ഒരു ഭീകരരൂപി ബോട്ടിന്റെ അടിയിൽ തട്ടുകയുണ്ടായി. അമ്മാവൻ അതിനെ കണ്ടു പകച്ചുപോയി. എന്നാൽ അല്പസമയത്തിനുള്ളിൽ അത് അകന്നുപോയി."

ഇനിഷ്മാൻ ദ്വീപിലെ ഒരു വീട്ടിലെ സംഗമത്തിൽ വീട്ടുകാരന്റെ മകൻ എന്നോടു പറഞ്ഞു:

"ഈ ദ്വീപിലുണ്ടായിരുന്ന ഒരാൾ ഒരുദിവസം നായയുമായി കടൽത്തീരത്തു നടക്കുകയായിരുന്നു. കടലിൽനിന്നു കറുത്തിരുണ്ട ഒരു ജീവി കരയിലേക്കു കയറിവന്നു. പട്ടി കുരച്ചുകൊണ്ട് അതിന്റെനേരേ ചാടി. രണ്ടും തമ്മിൽ മൽപ്പിടിത്തമായി. അയാൾ വീട്ടിലേക്കോടി, പട്ടി

പിറകേ ഓടുകയും ഇടയ്ക്കിടെ തിരിഞ്ഞുനിന്നു കുരയ്ക്കുകയും ചെയ്തു. വളരെപ്പണിപ്പെട്ട് അയാൾ പട്ടിയെ വീട്ടിനുള്ളിൽ കയറ്റി കത കടച്ചു. കതകിൽ കുറച്ചുനേരം ഇടിക്കുന്ന ശബ്ദം കേൾക്കാമായിരുന്നു. പട്ടി കട്ടിലിനടിയിൽ കയറി കിടപ്പായി. എന്നാൽ നേരംവെളുക്കുന്നതി നുമുൻപേ അത് അന്ത്യശ്വാസം വലിച്ചു."

വീട്ടുകാരൻ എന്നോടു പറഞ്ഞു:

"കടലിലും പാറയിലും കളിക്കുന്ന തവിട്ടുനിറമുള്ള ഒരു കുതിരയെ ഞാൻ കണ്ടതാണ്. നമ്മുടെ കുതിരയെപ്പോലെതന്നെയിരിക്കും. ഞാൻ ഒരു കല്ലെടുത്ത് അതിനെ എറിഞ്ഞു. കുതിര നിമിഷനേരത്തിൽ കാണാ തായി. കുതിരകൾ തമ്മിൽ വഴക്കിടുന്ന ശബ്ദം ഇടയ്ക്കിടെ കേൾക്കാ റുണ്ട്. ഒരു ദിവസം വെളുപ്പിന് ഞാൻ മറ്റു ചിലരുമൊത്ത് കടൽത്തീ രത്തു ചെന്നപ്പോൾ അവിടം മുഴുവൻ രക്തംകൊണ്ട് നിറഞ്ഞിരുന്നു."

ഒരുദിവസം കോൾമാൻ കാനെ എന്ന ആൾ എന്നോടു പറഞ്ഞു:

"ഒരുദിവസം ഒരു സ്ത്രീ തന്റെ മകളുമൊത്ത് രാവിലെ കടൽ ത്തീരത്ത് കക്ക പെറുക്കാൻ പോയി. ഒരു തിര വന്നു. തിരയിൽപ്പെട്ട് മകൾ കടലിൽ അപ്രത്യക്ഷയായി. ഒരാഴ്ച കഴിഞ്ഞ് ഒരുദിവസം മകൾ കടലിൽനിന്ന് അമ്മയുടെ വീട്ടിലേക്കു കയറിവന്നു. പക്ഷേ, അവൾക്ക് സംസാരശേഷി നഷ്ടപ്പെട്ടിരുന്നു.

ഒരിക്കൽ ഗാൽവെയിൽനിന്ന് ഒരാൾ ബോട്ടിൽ ഇവിടെ വന്നു. അയാൾക്ക് ബോട്ട് ഓടിക്കുന്നതിനു വേറെ ആരും ഇല്ലായിരുന്നു. എന്നാൽ ഒരാൾ ബോട്ടു കൃത്യമായി ഓടിക്കുന്നതുപോലെ അയാൾക്കു തോന്നി. ഒരാൾരൂപം ബോട്ടിൽ കണ്ട് അയാൾ സംസാരിക്കാൻ ശ്രമിച്ചു. എന്നാൽ സാധിച്ചില്ല. ബോട്ട് കരയിലടുക്കുംവരെ അയാളാണ് ബോട്ട് നിയന്ത്രിച്ചത്. സ്വന്തം സഹോദരനെപ്പോലെ തോന്നിച്ച അയാൾ ബോട്ടു കരയിലെത്തിയപ്പോൾ പെട്ടെന്ന് അപ്രത്യക്ഷനായി.

അതാ, തെക്കുഭാഗത്ത് കിടക്കുന്ന മണൽ കണ്ടില്ലേ? വെളുപ്പാൻ കാലത്ത് അവിടെ ആൺകുട്ടികളും പെൺകുട്ടികളും കളിക്കുന്നത് മീൻപിടിത്തക്കാർ കണ്ടിട്ടുണ്ട്.

ഒരിക്കൽ ഒരു ബോട്ടിൽ ചിലർ മീൻപിടിക്കുകയായിരുന്നു. നീന്തി വന്ന ഒരാൾ തനിക്കു ബോട്ടിൽക്കയറണമെന്നു പറഞ്ഞു. അയാളെ അതി നനുവദിച്ചു. കുറച്ചുനേരം കഴിഞ്ഞ് അയാൾ തനിയെ ഇറങ്ങി കടലിൽ മുങ്ങിമറയുകയും ചെയ്തു.

മറ്റൊരിക്കൽ പാറപ്പുറത്ത് ഒരാളിരുന്ന് മാർട്ടിൻ ഫ്‌ളാനർട്ടി എന്നു വിളിക്കുന്നതു കേട്ടു.

കുറച്ചുദൂരെ ഒരു ദ്വീപുണ്ട്. ചിലർ അതു കണ്ടിട്ടുണ്ട്. ഒരിക്കൽ ഒരു മീൻപിടുത്തക്കാരൻ ദ്വീപിൽ കരയ്ക്കടുത്തു. അവിടെ ഒരു കുടിൽ കണ്ടു. അയാൾ അതിനകത്തേക്കു കയറിച്ചെന്നു. ഒരു യുവസുന്ദരി ഇറങ്ങിവന്നു.

"നിങ്ങൾ എന്നോടു എന്തു പറയുന്നു" എന്ന് അവൾ അതിഥിയോടു ചോദിച്ചു. "നിങ്ങൾ സുന്ദരിയാണ്" അയാൾ പറഞ്ഞു. രണ്ടാമതുവന്ന യുവതിയും അതേ ചോദ്യം ആവർത്തിച്ചു. അവരോടും അയാൾ "നിങ്ങൾ സുന്ദരിയാണ്" എന്നു പറഞ്ഞു. മൂന്നാമത്തെ യുവതിയുടെ അതേ ചോദ്യത്തിനും അയാൾ അതേ ഉത്തരം പറഞ്ഞു. "ജീവനുംകൊണ്ട് ഓടിക്കോ" എന്ന് യുവതികൾ പറയുകയും അയാൾ കടൽ ലക്ഷ്യമാക്കി ഓടുകയും ചെയ്തു. അയാളുടെ വള്ളം തീരത്തുനിന്ന് നീങ്ങിത്തുടങ്ങിയിരുന്നു. അയാൾ ഒരുതരത്തിൽ അതിൽ കയറിപ്പറ്റി. പെട്ടെന്നുതന്നെ ദ്വീപ് അപ്രത്യക്ഷമായി. "ദൈവം നിങ്ങളെ രക്ഷിക്കട്ടെ" എന്ന് അയാൾ അവരോട് പറഞ്ഞിരുന്നെങ്കിൽ ദ്വീപിനെ രക്ഷിക്കാമായിരുന്നു."

കിൽറൊനാൻ കടൽത്തീരത്തുള്ള ഒരു മുക്കുവൻ എന്നോടു പറഞ്ഞു:

"ഞാൻ ഇതു വെറുതെ പറയുന്നതല്ല. ഈ ദ്വീപിന്റെ മദ്ധ്യത്തിലെ ജീവിതം ഇവയൊക്കെ വിശ്വസിക്കാൻ എന്നെ പ്രേരിപ്പിച്ചു. ഒരിക്കൽ എന്റെകൂടെ താമസിച്ച മാങ്ങാൻ പറഞ്ഞ കാര്യം. അദ്ദേഹം രണ്ടുപേരുമൊത്ത് ബോട്ടിൽ കടലിൽ മീൻപിടിക്കാൻ പോയി. ഒരു കപ്പൽ കുറെ ദൂരം അവരെ പിന്തുടർന്നു. പിന്നെ അപ്രത്യക്ഷമായി. അതു കണ്ടപ്പോഴേ കൂട്ടത്തിലുള്ള ഒരാൾ കിടപ്പിലാകുകയും അടുത്തദിവസം മരിക്കുകയും ചെയ്തു. ഡോറാൻ എന്നോടു പറഞ്ഞത് ഒരിക്കൽ കണ്ട കുതിരയുടെ കാര്യമാണ്. കരയിലെ കുതിരയെപ്പോലെതന്നെയായിരുന്നു അത്. ദ്വീപിന്റെ തെക്കുഭാഗത്തുള്ള ഒരാൾ എന്നോടു പറഞ്ഞത് ഒരു പശുക്കുട്ടിയെ ഒരുദിവസം രാവിലെ തീരത്തു കണ്ടു എന്നാണ്. അയൽവാസിയുടെ പശുക്കുട്ടിയാണെന്ന് കരുതി അവരുടെ പാടത്തേക്ക് അതിനെ ഓടിക്കാൻ ശ്രമിച്ചു. പെട്ടെന്ന് കടലിൽ ഒരു പശു പൊങ്ങിവന്നു. പശുക്കുട്ടി കടലിൽച്ചാടി നീന്തി അമ്മയുടെ അടുത്തേക്കു പോയി. കരയിലുള്ളതെല്ലാം കടലിലുണ്ട് എന്ന് തീരത്തു താമസിക്കുന്ന മീൻപിടിത്തക്കാർക്കറിയാം. ശാന്തമായ അന്തരീക്ഷത്തിൽ കടലിൽ കന്നുകാലികളെയും പന്നികളെയും അതുപോലെ മറ്റു ജീവികളെയും അവർ കാണുന്നു. രാത്രിയിൽ കടൽ മനുഷ്യർ ബോട്ടിൽ വരുന്നതും മീൻപിടിക്കുന്നതും കാണാം. രാത്രി 1 മണിവരെ മാത്രമേ ആ കാഴ്ച കാണാൻ കഴിയൂ.

എല്ലാവർഷവും മാർച്ച് 1 ന് രാത്രി ഒരു മണിക്ക് പൂവൻകോഴിയുടെ കൂവൽ കേൾക്കാം. ഒരുദിവസം ഒരാൾ തന്റെ പൂവൻകോഴിയുമായി ബോട്ടിൽ കടലിൽ പോയി. വെളുപ്പിന് അയാളുടെ കോഴി കൂവി. അപ്പോൾ കടലിൽ നിരന്നുണ്ടായിരുന്ന കോഴികൾ പെട്ടെന്ന് അപ്രത്യക്ഷമായി.

കടലിൽ കരയിലെക്കാൾ ജീവികൾ ഉണ്ടെന്നു പറയണം. ബോട്ടിന്റെ

വശങ്ങളിൽ പല രൂപങ്ങളിൽ അവയെ കാണാം. അവയ്ക്ക് ഇഷ്ടമുള്ള ആകൃതി സ്വീകരിക്കാമെന്നും പറയുന്നു."

പാറ്റ് ഒ ഹാഗൻ പറഞ്ഞു:

"എന്റെ ഗ്രാമത്തിൽ ആറുമാസം മുൻപു ചെമപ്പു തലമുടിയുള്ള രണ്ടു യുവസുന്ദരികൾ പെട്ടെന്ന് മരിച്ചു. അവരിപ്പോഴും ജീവിക്കുന്നുണ്ട് എന്നാണ് എന്റെ വിശ്വാസം. ചിലർ അവരെ ഇപ്പോഴും കാണുന്നു. ഞാൻ ഒരുദിവസം രണ്ടുപേരുമൊത്ത് ബോട്ടിൽ മീൻപിടിക്കാൻ പോയപ്പോൾ ഒരു തോണി ഞങ്ങളുടെ ബോട്ടിനുനേരെ വരുന്നതു കണ്ടു. ഞങ്ങൾ ശരിക്കും ഭയന്നു. ഞങ്ങൾ നോക്കിക്കൊണ്ടിരിക്കെത്തന്നെ അതു മൂന്നു കൊടിമരമുള്ള പായ്ക്കപ്പലായി. അതിൽ ആളുകളും ഉണ്ട്. ഇരുണ്ട നിറമുള്ളവർ കപ്പലോട്ടക്കാരുടെ വേഷം ധരിച്ചിരുന്നു. ദൂരെക്കൂടി ഞങ്ങളെ വിട്ട് അതു പോകുന്നത് ഞങ്ങൾ കുറെനേരം നോക്കിയിരുന്നു.

ഒരു കൊയ്ത്തുകാലത്ത്, നക്ഷത്രങ്ങൾ തിളങ്ങുന്ന രാത്രിയിൽ ഞാൻ എന്റെ ബോട്ടിന്റെ അടുത്തേക്കു പോകുമ്പോൾ ക്ലെയർ തീരത്തേക്കു പോകുന്ന ഒരു കപ്പൽ കണ്ടു. അവിടേക്കു കപ്പലുകൾ പോകാറില്ല. പെട്ടെന്ന് ആ കപ്പൽ കാണാതെയുമായി.

ഒരുദിവസം രാവിലെ കടൽത്തീരത്തു നില്ക്കുമ്പോൾ, ദൂരെനിന്ന് സഹായാഭ്യർത്ഥനയുടെ അടയാളവുമായി ഒരു കപ്പൽ വരുന്നതു കണ്ടു. ഞങ്ങൾ വേഗം എന്റെ ബോട്ടിൽ ആ കപ്പൽ കണ്ട ഭാഗം ലക്ഷ്യമാക്കി പാഞ്ഞു. അടുത്തപ്പോഴേക്ക് ആ കപ്പൽ അപ്രത്യക്ഷമായി. ആ കപ്പൽ കണ്ട ഭാഗത്തു നിറയെ കറുത്ത കടൽക്കാക്കകൾ ഒച്ചവച്ചു വെള്ളത്തിൽ നീന്തിക്കളിക്കുന്നു. കറുത്ത കടൽക്കാക്കകളെ ഞാൻ അതിനുമുൻപു കണ്ടിട്ടില്ല. അവയുടെ കൂട്ടത്തിൽ വെളുത്ത ഒരു കടൽക്കാക്കയുമില്ലായിരുന്നു. ബോട്ടിലുണ്ടായിരുന്ന കുട്ടി ഒരു ടാർപിൻ എടുത്ത് കടൽക്കാക്കയെ എറിഞ്ഞു. അത് ഒന്നിന്റെ തലയിൽക്കൊണ്ടു. ഞങ്ങളുടെ ബോട്ട് താഴുന്നുവെന്നു തോന്നി. അപകടമൊന്നും കൂടാതെ കരയ്ക്കെത്തി എന്നു പറഞ്ഞാൽ മതി. ദൗർഭാഗ്യകരമായ പ്രവൃത്തിയാണു ചെയ്തതെന്ന് പിന്നീടു മനസ്സിലായി. അപ്പോൾ കണ്ടത് യഥാർത്ഥമായ കപ്പലായിരുന്നില്ല. കടൽക്കാക്കകൾ യഥാർത്ഥ കടൽക്കാക്കകളുമായിരുന്നില്ല."

അടുക്കളജോലിക്കാരനായ വൃദ്ധൻ പറഞ്ഞു:

ദ്വീപിന്റെ മദ്ധ്യഭാഗത്താണ് ഇത്തരം സംഭവങ്ങളേറെയും. എനിക്ക് നേരിട്ടറിയാവുന്ന ഒരു സംഗതി പറയാം. ഒരിക്കൽ ഒരു പെൺകുട്ടിയെ കാണാതായി. ബന്ധുക്കളും നാട്ടുകാരും ഇനി തിരയാൻ സ്ഥലമില്ല. കുട്ടിയെ കണ്ടുകിട്ടിയില്ല. ഒന്നുകിൽ അവൾ ആരുടെകൂടെയോ ഒളിച്ചോടിയതാവാം, അല്ലെങ്കിൽ കടലിൽ മുങ്ങിമരിച്ചതാകാം എന്ന തീരുമാനത്തിൽ ഏവരും എത്തി. അടുത്തദിവസം വൈകുന്നേരം തോണിയിൽ സഞ്ചരിച്ച ഒരു ബാലൻ ഉൾക്കടലിൽ ഒരു പാറക്കെട്ടിൽ നില്ക്കുന്ന

പെൺകുട്ടിയെ കണ്ടു. അവൻ അവളെ കൂട്ടിക്കൊണ്ടുവന്നു. അവൾ തനിയെ അവിടെ പോകില്ല എന്നത് ഉറപ്പാണ്. ഇപ്പോൾ അവൾ അമേരിക്കയിലാണ്.

അരാൻദ്വീപിൽ മൂന്നു കുട്ടികളും അവരുടെ അമ്മാവനും, ദൂരെനിന്ന് കരയ്ക്കടുക്കുവാൻ വരുന്ന കപ്പൽ കണ്ട് സഹായത്തിനായി വള്ളത്തിൽ ചെന്നു. അടുത്തപ്പോൾ കപ്പൽ അപ്രത്യക്ഷമായി. കടൽ പ്രക്ഷുബ്ധമായി. തോണിയും നാലുപേരും മുങ്ങി. കൂട്ടത്തിൽ ദുർബ്ബലനായ ഒരുവൻ മാത്രം തീരത്തെത്തി. ഒരു ഞായറാഴ്ച വെളുപ്പിന് തീരത്ത് നിരവധി വള്ളങ്ങളെയും ആളുകളെയും പതിവിനു വിപരീതമായി കണ്ടത് എന്റെ സുഹൃത്ത് എന്നോടു പറഞ്ഞു. മറ്റൊരു ഞായറാഴ്ച കടൽത്തീരത്ത് ആൾക്കൂട്ടം. കടലിൽ ഒരു സ്ത്രീ അരയ്ക്കൊപ്പം വെള്ളത്തിൽനിന്ന് തലമുടി കോതുന്നു. കരയിലുള്ള സ്ത്രീയേക്കാൾ അവർ സുന്ദരിയായിരുന്നു. കടൽത്തീരത്ത് എനിക്കറിയാവുന്ന ഒരു കുടുംബം എന്നും രാത്രിയിൽ ഒരു പാത്രം ഉരുളക്കിഴങ്ങു വേവിച്ചത് വീടിനു പുറത്തു വയ്ക്കും. നേരം വെളുക്കുമ്പോൾ അതു മുഴുവൻ കൊണ്ടുപോയിരിക്കും.

ഒരിക്കൽ കടലിൽ ഒരു പശു നീന്തുന്നതു കണ്ടു. പെട്ടെന്ന് അതു മുങ്ങി കണ്ണിൽനിന്ന് മറഞ്ഞു.

ഒരിക്കൽ എനിക്ക് കടലിൽനിന്ന് ഒരു കടൽപ്പന്നിയെ പിടിക്കാൻ സാധിച്ചു. ഞങ്ങൾ അതിനെ കീറിമുറിച്ചപ്പോൾ ഹൃദയം, കരൾ തുടങ്ങിയവയെല്ലാം കരയിലെ പന്നിയുടേതിനു സമാനമായി കാണുകയുണ്ടായി.

ഈ ഗ്രാമത്തിൽ ഇതിനടുത്ത് വേട്ടയാടപ്പെട്ട ഒരു വീടുണ്ട്. എന്റെ സഹോദരി ഒരിക്കൽ അതിനു സമീപത്ത് ചിലരുമൊത്ത് ഇരിക്കുകയായിരുന്നു. വീട്ടിനുള്ളിൽ ആരുമില്ല എന്നറിയാം. എങ്കിലും അതിനുള്ളിൽ നിന്നു കരച്ചിൽ കേട്ടു. ആ വീട്ടിനുള്ളിൽ ഉണ്ടായിരുന്ന സ്ത്രീ പലതവണ ഗർഭവതിയായെങ്കിലും ഒന്നുകിൽ ഗർഭം അലസുകയോ അല്ലെങ്കിൽ പിറക്കുന്നവ ചാപിള്ളകളാവുകയോ ചെയ്തു. ഒരു ആൺകുട്ടി ഒൻപതുമാസം വരെ ജീവിച്ചു. അല്പമാത്രം മാംസമുണ്ടായിരുന്ന ആ കുട്ടിയെത്തുടർന്നുണ്ടായ പെൺകുട്ടി ഒരു വയസ്സാകുംവരെ ജീവിച്ചു. ആ കുട്ടിയുടെ ശരീരാകൃതി ഒരു മനുഷ്യക്കുട്ടിയുടേതുപോലെയായിരുന്നില്ല. ദീർഘകാലം വിവാഹിതരായി ജീവിച്ചിട്ടും കുട്ടികളില്ലാത്ത നിരവധിപേർ ഗാൽവെയിലെ ജ്യോതിഷിയുടെ അടുക്കൽ പോകുന്നുണ്ട്. കടൽജീവികളുടെ ശാപമാണെന്നാണ് വിശ്വാസം."

ലഫ്മോറിനടുത്തുള്ള ഒരാൾ എന്നോടു പറഞ്ഞു:

"എനിക്ക് ഒരു സംഭവമറിയാം. ഒരു സ്ത്രീ കടലിൽപ്പെട്ടു മരിച്ചു. ചടങ്ങുകൾ നടന്നു. ഒരു പെന്നിയുടെ മെഴുകുതിരികൾ അവൾക്കുവേണ്ടി കത്തിച്ചു. തുടർന്ന് അവൾ എഴുന്നേറ്റിരുന്നു. അവൾ ഭർത്താവിനോട്

എങ്ങനെയാണ് വസ്തുവകകൾ വീതിക്കുന്നതെന്നു ചോദിച്ചിട്ട് കുട്ടികളെ നന്നായി വളർത്തണമെന്ന് ഉപദേശിച്ചു. വളർത്തുപുത്രൻ അവളെ ചോദ്യം ചെയ്യാനാരംഭിച്ചു. അയാൾക്ക് അധികം വേണമെന്നായിരുന്നു വാദം. സ്വന്തം മക്കൾ അയാളെ തടയുകയും അമ്മയെ മാത്രം സംസാരിക്കാൻ അനുവദിക്കുകയും ചെയ്തു. തുടർന്ന് അവൾ കിടന്നു, മരിച്ചു. അധികം പ്രായമുണ്ടെന്നു പറയാനാവില്ല. വൃദ്ധർ മാത്രമല്ലല്ലോ മരിക്കുന്നത്. അവരെക്കൊണ്ട് എന്തു പ്രയോജനം (കടലിന്?) എന്നാൽ അധികം പ്രായമാകാത്ത സ്ത്രീകളെ അതെടുക്കും, അവരെക്കൊണ്ടു പ്രയോജനമുണ്ട്. ദ്വീപിന്റെ മദ്ധ്യഭാഗത്തുള്ളവർക്ക് അതിനെക്കുറിച്ച് വിശദമായി അറിയാം.

അവിടെനിന്നുള്ള മൂന്നു കുട്ടികളെ ലൈറ്റ് ഹൗസിനു സമീപത്തു വച്ച് വള്ളം മുങ്ങി നഷ്ടപ്പെട്ടു. കുറച്ചു നാളുകൾക്കുശേഷം അവിടെ മീൻപിടിക്കാൻ പോയ സുഹൃത്തുക്കൾക്ക് അവരെ കപ്പലിൽ കാണാൻ സാധിച്ചു, മറ്റു ദ്വീപുവാസികൾക്ക് അവരെ കാണാൻ സാധിച്ചുമില്ല.

ഒരിക്കൽ ലൈറ്റ് ഹൗസിനു സമീപത്തേക്ക് ഞങ്ങളുടെ മൂന്നുനാലു പേർ വള്ളത്തിൽ മീൻപിടിക്കാൻ പോയി. വലിയ ഒരു ഈൽ മത്സ്യം പൊങ്ങിവന്നു വള്ളം മറിച്ചു. ഒരാളൊഴിച്ച് ബാക്കി എല്ലാവരും രക്ഷപ്പെട്ടു. മുങ്ങിപ്പോയ ആളുടെ നിലവിളി അന്നു മുഴുവൻ കടലിനടിയിൽനിന്ന് കേൾക്കാമായിരുന്നു. ഗാൽവെയിൽനിന്നു പോയ ഒരു മീൻപിടുത്തക്കാരൻ ഇതിനു സാക്ഷ്യം വഹിച്ചു.

അവിടെയുണ്ടായിരുന്ന തീരദേശസംരക്ഷകരിൽ ഒരാളുടെ ഭാര്യയെ ഇതുപോലെ കടൽ മനുഷ്യർ പിടിച്ചതാണ്. എന്നാൽ അവരെ മറ്റുള്ളവർ രക്ഷപ്പെടുത്തി. ഇവിടെയുള്ള ഒരു കുട്ടിയെ അവർ പിടിച്ചുകൊണ്ടു പോയി. ദീർഘകാലം കഴിഞ്ഞു കുട്ടി തിരിച്ചുവന്നു. ഈ ദ്വീപിലുള്ള കുട്ടികളിൽ ഏറ്റവും കരുത്തനായി, മടങ്ങിവന്നപ്പോൾ. ഈ പ്രദേശത്ത് അങ്ങനെ പോയവരിൽ ഇവൻ മാത്രമേ മടങ്ങിവന്നിട്ടുള്ളൂ.

കുഞ്ഞുമായി ഇരിക്കുന്ന ആ സ്ത്രീയെ കണ്ടില്ലേ, അവരുടെ കൈയിൽ വലിയ ഒരു തയ്യൽ സൂചിയും. അതുള്ളിടത്തോളം അവർ സുരക്ഷിതയാണ്.

ഇവിടെനിന്ന് കുറച്ചു ചെറുപ്പക്കാർ ഗാൽവെയിൽ പോയി. കാർഡു വച്ചു ഭാവി പറയുന്ന ഒരു സ്ത്രീയുടെ അടുത്തുചെന്നു. ചിലരുടെ കുടുംബങ്ങളിൽ അടുത്തുതന്നെ ഉണ്ടാകുന്ന മരണത്തെപ്പറ്റി അവർ പ്രവചിച്ചു. ഒരാഴ്ച കഴിഞ്ഞ് അവിടെ നിന്ന് മടങ്ങിയ അഞ്ചുപേരും വള്ളം മുങ്ങി മരിച്ചു. കാർഡുനോട്ടക്കാരി പേരു പറഞ്ഞ കുടുംബങ്ങളിൽ ഉള്ളവരായിരുന്നു അവർ.

എന്റെ അമ്മാവൻ പറഞ്ഞ ഒരു അനുഭവം. ഒരിക്കൽ അവർ അമ്മാവന്റെ സഹോദരിക്ക് ഒരു വരനെ പോയി കണ്ടു മടങ്ങുമ്പോൾ കടൽത്തീ

രത്ത് അപരിചിതരായ ഒരു കൂട്ടം ആളുകളെ അമ്മാവന്റെ സുഹൃത്തായ മൈക്കൽ ഫ്ളാഹർട്ടി കണ്ടു. മറ്റാരും കണ്ടില്ല. ഫ്ളാഹർട്ടി പറഞ്ഞതു വിശ്വസിക്കാൻ ആർക്കും സാധിച്ചില്ല. അമ്മാവൻ പറഞ്ഞു, അതു തെറ്റാണെന്നു ബോദ്ധ്യപ്പെട്ടാൽ നമുക്ക് ഫ്ളാഹർട്ടിയുടെ ചെവിക്കുറ്റി അടിച്ചുപൊട്ടിക്കാം എന്ന്. കടലിൽനിന്ന് കൂട്ടംകൂട്ടമായി കയറിവന്ന ആളുകൾ ഫ്ളാഹർട്ടിയെ മാത്രം അവരുടെയിടയിൽക്കൂടി അപ്പുറം കടന്നു പോകാൻ അനുവദിച്ചപ്പോൾ മറ്റാരെയും കടത്തിവിട്ടില്ല.

ഗാൽവെയിലേക്ക് കന്നുകാലികളെയുംകൊണ്ടു പോകാനായി കുറെപ്പേർ കടൽത്തീരത്തുനില്ക്കുമ്പോൾ ദൂരെക്കടലിൽ ഒരാൾ അരയറ്റംവരെ ഉയർന്നുനില്ക്കുന്നത് എല്ലാവരും കണ്ടു.

ഈ ദ്വീപിന്റെ മദ്ധ്യഭാഗത്തുള്ള ഒരാൾ കൊഞ്ചു വാങ്ങുന്നതിനായി കടൽത്തീരത്തുപോയി. ഉൾക്കടലിന്റെ മദ്ധ്യഭാഗത്തായി ഒരു കുതിര കടലിൽ ഉയർന്നുനില്ക്കുന്നതും കടൽവെള്ളം കുടിക്കാനെന്നപോലെ തല കുനിച്ചുനില്ക്കുന്നതും കണ്ടു. അല്പസമയം കഴിഞ്ഞപ്പോൾ അത് അപ്രത്യക്ഷമായി.

ഒരു സ്ത്രീ വടക്കൻ തീരത്തുകൂടി നടക്കുകയായിരുന്നു. അവൾ പെട്ടെന്നു മരിച്ചു. ദൈവം അവളോട് കരുണ കാണിച്ചു. കടലിലേക്ക് അവൾ നോക്കുമ്പോൾ ഒരു ദ്വീപ് കണ്ടു. ദീർഘകാലം അവൾ ആ ദ്വീപ് നോക്കി നിലകൊണ്ടു. ഇപ്പോഴും ആ സ്ത്രീ അവിടെ നില്ക്കുന്നുണ്ടെന്നും എല്ലാവർക്കും അതു കാണാൻ സാദ്ധ്യമല്ലെന്നും അറിയുന്നു.

കുതിരപ്പുറത്തു കടൽപ്പായൽ നിറച്ച കുട്ട വച്ചുകെട്ടി എന്നും പാറ കയറിപ്പോകുന്ന ഒരാൾ ഇവിടെ ഉണ്ടായിരുന്നു, ഒരുദിവസം ആ പെൺകുതിര കുട്ടയിൽ പായൽ വാരി നിറയ്ക്കുന്തോറും കാലുതെറ്റിച്ച് പായൽ താഴെയിടാൻ തുടങ്ങി. ദേഷ്യം വന്ന അയാൾ കൈയിലിരുന്ന വടികൊണ്ട് കുതിരയെ പ്രഹരിച്ചു. പൂർണ്ണവളർച്ചയെത്താത്ത, ചത്തുപോയ ഒരു കുതിരക്കുട്ടിയെ ആ പെൺകുതിര പ്രസവിച്ചു. ഈ ദ്വീപിൽ അക്കാലത്ത് ഒരു ആൺകുതിര ഇല്ലായിരുന്നു. അതിനാൽ കുതിരക്കുട്ടിയുടെ അച്ഛൻ കടലിൽനിന്നു വന്ന കുതിരയാണ്.

കടൽപ്പായൽ ശേഖരിക്കുന്നവരെ നിരീക്ഷിക്കുന്ന ഒരാൾക്ക് കടൽക്കുതിരകളെക്കുറിച്ചു സംശയിക്കാനൊന്നുമില്ല. ഈ ദ്വീപിന്റെ മറുഭാഗത്ത് ഒരാൾ ഉണ്ടായിരുന്നു, ഒരിക്കൽ പാറപ്പുറത്ത് വലിയ ഒരു കുതിര നില്ക്കുന്നതു കണ്ട് അയാൾ ഒരു കല്ലെടുത്ത് അതിനെ എറിഞ്ഞു. അത് കടലിലേക്കു ചാടി നീന്തി ദൂരേക്കുപോയി. വാലും തലയും ഉയർത്തിപ്പിടിച്ചുള്ള ആ നീന്തൽ കാണാൻ നല്ല ചന്തമായിരുന്നു."

കോണമേറ ഭാഗത്തുള്ള ഒരു സ്ത്രീ പറഞ്ഞു:

"ഒരിടത്ത് ഒരു പെൺകുതിരയും അതിന് ഒരു കുട്ടിയും ഉണ്ടായിരുന്നു. അവിടെങ്ങും ഒരു ആൺകുതിര ഇല്ലായിരുന്നു. ഒരിക്കൽ പെൺകു

തിര കുട്ടിയുമൊത്ത് കടൽത്തീരത്ത് നടക്കുമ്പോൾ കടലിൽനിന്ന് ഒരു കുതിര തല ഉയർത്തി ചിനയ്ക്കുകയുണ്ടായി. ഉടൻതന്നെ കുതിരക്കുട്ടി കടലിലേക്കിറങ്ങി നീന്തിപ്പോയി. പിന്നീടതു തിരിച്ചുവന്നതേ ഇല്ല.

ഒരിക്കൽ ഈ ദ്വീപിൽ ഒരാൾ തന്റെ പാടത്ത് അയൽപ്പക്കക്കാരുടെ കന്നുകാലികൾ വന്ന് വിള നശിപ്പിക്കുന്നുണ്ടെന്നു സംശയം തോന്നി രാത്രിയിൽ കാവലിരുന്നു. അയാൾ കണ്ടത്, കടലിൽനിന്ന് കുതിരകൾ കുട്ടികളുമായി കയറിവന്ന് വിള തിന്നുന്നതാണ്. ഒരു കുതിരക്കുട്ടിയെ അയാൾക്കു പിടിക്കാൻ സാധിച്ചു. അത് അവിടെല്ലാം ഓടിനടന്നു. മറ്റു കുതിരകളൊന്നും അതിന്റെ സമീപമെത്തിയില്ല. ഒരുദിവസം കടൽക്കരയിൽ ഓടിനടക്കവേ അതു കടലിലേക്കിറങ്ങി അപ്രത്യക്ഷമായി. പിന്നീടതു മടങ്ങിവന്നതേയില്ല."

മിസിസ്സ് ഒ'ദിയായും മിസിസ്സ് ദാലിയും എന്നോടു പറഞ്ഞു:

"ഒരിക്കൽ ഒരു പശു കടലിൽനിന്ന് കയറിവന്നു. കടൽത്തീരത്ത് ഉലാത്തിനടന്ന അതിന്റെ അകിടുകൾ വീർത്തിരുന്നു. റ്റോമി ഡൊണഹ്യു ഓടിപ്പോയി അച്ഛനെ വിളിച്ചുകൊണ്ടുവന്നപ്പോഴേക്കും അതു കടലിൽ ഇറങ്ങി അപ്രത്യക്ഷമായി.

ഒരാൾ ഒരു പുതിയ കെട്ടിടം നിർമ്മിക്കാൻ തീരുമാനിച്ചു. അയാൾ ബുദ്ധിയുള്ള ഒരു സ്ത്രീയെ കൊണ്ടുവന്നു, സ്ഥലം നിശ്ചയിക്കാൻ. അവർ അഞ്ചു വ്യത്യസ്ത സ്ഥലങ്ങളിൽ കല്ലിന്റെ കൂമ്പാരം ഉണ്ടാക്കി, എന്നിട്ടു പറഞ്ഞു: ഏതു കൽക്കൂമ്പാരമാണോ രാത്രിയിൽ തട്ടിക്കളഞ്ഞിട്ടില്ലാത്തത്, അവിടെ കെട്ടിടം നിർമ്മിക്കാം എന്ന്. അവർ പറഞ്ഞതുപോലെ അടുത്തദിവസം രാവിലെ നോക്കുമ്പോൾ ഒരു കൽക്കൂനയൊഴിച്ച് ബാക്കിയെല്ലാം തട്ടിക്കളഞ്ഞിട്ടുണ്ടായിരുന്നു. കൽക്കൂന ഉണ്ടായിരുന്ന സ്ഥാനത്ത് അയാൾ വീടുവച്ചു.

ഒരുദിവസം മറ്റൊരാളുമൊത്ത് ദ്വീപിലെ കടൽക്കരയിൽ നില്ക്കുമ്പോൾ, കുറച്ചകലെ തീരത്ത് മൂന്നു സ്ത്രീകൾ കൊട്ടുവടികൊണ്ട് തുണിയിൽ അടിക്കുന്നതായി കണ്ടു. പെട്ടെന്ന് അവർ അപ്രത്യക്ഷരായി. ഞങ്ങളുടെ തലയ്ക്കു മുകളിൽ ഇരുപതടി ഉയരത്തിലൂടെ ഒരു കുട്ടിയുടെ കരച്ചിൽ പാഞ്ഞുപോകുന്നതു കേട്ടു.

നമ്മളെപ്പോലെ അവരും മീൻപിടിക്കാൻ പോകുമെന്ന് ഫാദർ മഹൊനി പറഞ്ഞു. ഒരു രാത്രിയിൽ ഞാനും സഹോദരനും കടലിൽ പോയപ്പോൾ അവരുടെ ഒരു കപ്പൽ കണ്ടു. കപ്പലിനടുത്ത് ഒരു ബോട്ടും ഉണ്ടായിരുന്നു. ആളുകളുടെ സംസാരം ഞങ്ങൾക്ക് കേൾക്കാമായിരുന്നു. എങ്കിലും എന്താണു പറയുന്നതെന്നു മനസ്സിലായില്ല. ഞങ്ങൾ എന്താണു കേട്ടതെന്നു പറയാമോ എന്ന് അവർ അന്വേഷിച്ചു. അവർ സംഭാഷണം തുടർന്നുകൊണ്ടിരുന്നു. ഞാൻ എന്റെ പൈപ്പു കത്തിച്ചു പുകവലിക്കാൻ തുടങ്ങി. ബോട്ടും കപ്പലും പെട്ടെന്ന് അപ്രത്യക്ഷമായി."

മിസിസ്സ് കാസി എന്നോടു പറഞ്ഞു:

“ടൈറോണിലെ കടൽക്കരയിലുള്ള ഒരു വൃദ്ധൻ പറഞ്ഞ കഥ എനിക്കറിയാം. ബോട്ട് കെട്ടിയിട്ടിരുന്ന സ്ഥലത്തുനിന്ന് മാറ്റി തിട്ടയുടെ അടുത്തു കെട്ടിയിടാൻവേണ്ടി രാത്രിയിൽ അയാൾ ചെന്നു. ബോട്ട് കെട്ട് അഴിച്ചയുടൻതന്നെ കടലിലേക്കു പോകാൻ തുടങ്ങി. അയാൾ എത്ര ശ്രമിച്ചിട്ടും ബോട്ട് തീരത്തേക്കു കൊണ്ടുവരാൻ സാധിച്ചില്ല. കറുത്തവേഷം അണിഞ്ഞ ആറുപേരും വെളുത്ത വേഷം ധരിച്ച ഒരാളും തന്റെ പിന്നിൽ ബോട്ടിൽ ഉള്ളതായി അയാൾക്കു മനസ്സിലായി. നിങ്ങൾ എന്തുചെയ്യുകയാണെന്ന് അയാൾ അവരോടു ചോദിച്ചു. വെളുത്ത വസ്ത്രം ധരിച്ച ആളാണു മറുപടി പറഞ്ഞത്. മറ്റുള്ളവരെ താൻ കൊണ്ടുവന്നതാണെന്നു പറഞ്ഞ് അയാൾ ഓരോരുത്തരെയായി പിടിച്ച് കത്തി കൊണ്ട് രണ്ടായി വെട്ടിമാറ്റി കടലിലേക്ക് എറിഞ്ഞു. എന്നിട്ട് അയാളും കടലിലേക്ക് എടുത്തുചാടി. ബോട്ട് വെള്ളത്തിൽ താഴുന്നതായി അയാൾക്കു തോന്നി. വൃദ്ധന്റെ ശബ്ദം അല്പസമയം നിലച്ചുപോയി. എന്നിട്ട് അയാൾ പറഞ്ഞു: ഇത്രയും ഒരാൾക്കൂട്ടം കടലിൽ അയാൾ ഇതിനുമുൻപ് കണ്ടിട്ടില്ല എന്ന്. അയാൾ ബോട്ട് ഉപേക്ഷിച്ച് വീട്ടിലേക്കു പോയി. രാവിലെ ചെന്നപ്പോൾ ബോട്ടിൽ രക്തം കണ്ടു. അയാൾ ബോട്ടു കഴുകി വൃത്തിയാക്കി പെയിന്റടിച്ചു എങ്കിലും രക്തക്കറ പൂർണ്ണമായും മാറിയിരുന്നില്ല.”

പീറ്റർ ഡൊണോബ് എന്നോടു പറഞ്ഞു:

“ദ്വീപിന്റെ മദ്ധ്യഭാഗത്ത് ഒരു സ്ത്രീ താമസിച്ചിരുന്നു. കടൽ മനുഷ്യരുടെ ഒരു പറ്റം മേഘംപോലെ വാനിൽ പറക്കുന്നത് അവർ കണ്ടു. കബളിപ്പിക്കുന്ന ഒരു കിഴങ്ങു വില്പനക്കാരിയുടെ അടുക്കലേക്ക് ഒരാൾ ചെന്നു. അവളുടെ കുട്ടി കരഞ്ഞുകൊണ്ട് ഓടിവന്ന്, “പൊലീസു വരുന്നുണ്ട്, എല്ലാം ഒളിപ്പിച്ചോളൂ” എന്നു പറയുന്നതു കേട്ടു. ബോട്ടിൽനിന്ന് ഒരാൾ വിളിച്ചുപറയുന്നത് കേട്ടു, “തോക്കുധാരികളായ ഭടന്മാർ റോഡിൽ നിറയുന്നു” എന്ന്. അവർ യഥാർത്ഥത്തിൽ പൊലീസുകാരോ ഭടന്മാരോ ഒന്നുമായിരുന്നില്ല, കടൽ മനുഷ്യരായിരുന്നു.

ഒരുദിവസം എന്റെ അമ്മവീടിന്റെ മുറ്റത്ത് ചെമ്മരിയാടിന്റെ രോമം എടുത്തത് ഉണക്കാൻ ഇട്ടു. നല്ല വെയിലുള്ള ദിവസം. കാറ്റുമില്ല. മതിലിനപ്പുറത്ത് അടുത്തവീട്ടിലെ ആളുമായി ഞാൻ സംസാരിച്ചുകൊണ്ടു നില്ക്കുകയായിരുന്നു. എന്റെ ഉണക്കാനിട്ട കമ്പിളിരോമം വായുവിലേക്ക് ഉയരാൻ തുടങ്ങി. എന്തോ അതിനെ തള്ളി ഉയർത്തുന്നതുപോലെ. നൂറടിയോളം ഉയർന്ന അത് കണ്ണിൽനിന്നു മറഞ്ഞു. രണ്ടു മണിക്കൂർ കഴിഞ്ഞുകാണും, അതു കുറേശ്ശെക്കുറേശ്ശെയായി പൊഴിയാൻ തുടങ്ങി. മുറ്റത്തും ഉദ്യാനത്തിലും പാറപ്പുറത്തുമൊക്കെയായി പറന്നുവീണ കമ്പിളിരോമം മുഴുവൻ ശേഖരിക്കാൻ രണ്ടാഴ്ച എടുത്തു. പിന്നീട് അമ്മ അതു

നൂറ്റുകൊണ്ടിരിക്കുമ്പോൾ "ഒരുപാടു നഷ്ടപ്പെട്ടോ" എന്നു ഞാൻ ചോദിച്ചു. "എന്റേതിൽ ഒട്ടും കുറവുമില്ല, ഒട്ടും കൂടുതലുമില്ല" എന്ന് അമ്മ മറുപടി പറഞ്ഞു. അടുത്ത വീട്ടിലും കമ്പിളി ഉണക്കാൻ ഇട്ടിരുന്നു. അത് വായുവിൽ ഉയർന്നില്ല. ആ വീട്ടിലെ സ്ത്രീയാണ് ഇന്ന് എന്റെ ഭാര്യ.

ഈ ദ്വീപിൽ പവേഴ്സ് എന്നു പേരായി ഒരാൾ ഉണ്ടായിരുന്നു. നല്ല നിലാവുള്ള രാത്രിയിൽ കടൽക്കരയിലൂടെ മക്കറീലിലേക്കു പോവുകയായിരുന്ന ഒരാൾ, സുഹൃത്തായ പവേഴ്സിന്റെ ഒച്ച കേട്ടു. അയാൾ അപരിചിതരായ കുറെ ആളുകളുമായി പന്തു കളിക്കുന്നതു കണ്ടു. പവേഴ്സ് ഒഴികെ അവരാരും ദ്വീപിലുള്ളവരായിരുന്നില്ല.

എന്റെ ഒരു സഹോദരൻ ഒരു വീടു വച്ചു. എല്ലാവരും ഒരുമിച്ച് വീടിനുള്ളിൽ ആദ്യമായിരിക്കുന്നു. ഗൃഹനായിക പാട്ടുപാടുന്നു. ചിമ്മിനിക്കുള്ളിലൂടെ കറുത്ത രക്തം താഴേക്കുവീണു. ഇവിടം താമസത്തിനു കൊള്ളില്ല, അപശകുനം കണ്ടില്ലേ എന്ന് എല്ലാവരും പറഞ്ഞു. എന്നാൽ പിന്നീട് അവർക്ക് ഗുണമല്ലാതെ ഒരു ദോഷവും സംഭവിച്ചിട്ടില്ല."

പീറ്റർ ഡൊലാൻ എന്നോടു പറഞ്ഞു:

"മദ്ധ്യദ്വീപിൽ ഉണ്ടായിരുന്ന ഒരാൾക്ക് രണ്ടു ഭാര്യമാർ ഉണ്ടായിരുന്നു. അവർ മരിച്ചു. ഒരുദിവസം അയാൾ വള്ളത്തിൽ കടലിൽ പോയപ്പോൾ ആദ്യഭാര്യ പ്രത്യക്ഷപ്പെട്ടു. പിന്നൊരിക്കൽ രണ്ടാംഭാര്യയുടെ മകൻ സുഖമില്ലാതെ കിടക്കുമ്പോൾ, ആദ്യഭാര്യയുടെ ഇളയകുട്ടി പശുവിനെ മേയ്ക്കാൻ പോയി. അവൾ തലയിൽ ഒരു പാത്രം വെള്ളം ചുമന്നുകൊണ്ടു പോയിരുന്നു, അച്ഛന്റെ കോട്ട് അരയിൽ ചുറ്റിയിരുന്നു. തണുപ്പുള്ള ദിവസമായിരുന്നു. അവളുടെ അമ്മ ആടിന്റെ രൂപത്തിൽ പ്രത്യക്ഷപ്പെട്ടു. സഹോദരന്റെ ചികിത്സയ്ക്ക് മരുന്നുണ്ടാക്കാൻ ഏതു ചെടിയാണ് ഉപയോഗിക്കേണ്ടതെന്ന് ഉപദേശിച്ചുകൊടുക്കുകയും അങ്ങനെ അതു കൊടുത്ത് രോഗം മാറുകയും ചെയ്തു. വെള്ളപ്പാത്രവും കോട്ടും അവിടെ വയ്ക്കാൻ പറഞ്ഞു. അവൾ അത് അവിടെ ഉപേക്ഷിച്ചിട്ടാണു പോയത്. മടക്കിവച്ച കോട്ടും പാത്രവും രാവിലെ അവിടെ കണ്ടു. മറ്റൊരുദിവസം മനുഷ്യരൂപത്തിൽത്തന്നെ മകൾ അമ്മയെ കണ്ടു. ആദ്യം ആടുരൂപത്തിൽ വന്നത്, മകൾ പേടിക്കാതിരിക്കാനാണെന്ന് അവർ പറഞ്ഞു. മകൾ ഇപ്പോൾ അമേരിക്കയിലാണ്. സഹോദരൻ പൂർണ്ണ ആരോഗ്യത്തോടെയിരിക്കുന്നു."

ഗാൽവെയിലുള്ള സ്ത്രീ എന്നോടു പറഞ്ഞു:

"വീടിനു പിന്നിലുള്ള കിണറ്റിലേക്ക് ഒരു ദിവസം ഞാൻ നോക്കി നില്ക്കുകയായിരുന്നു. നല്ല തെളിഞ്ഞ ഒരുദിവസം. കാറ്റുമില്ല. എന്റെ അടുത്തുനിന്ന പുൽച്ചെടികളിൽനിന്ന് ഒരു ശബ്ദം ഉയർന്നുതുടങ്ങി. ക്രമേണ അവർ ഭടന്മാരെപ്പോലെ തമ്മിലടിക്കാൻ തുടങ്ങി."

മേരി മോറാൻ എന്നോടു പറഞ്ഞു:

"അമേരിക്കയിൽ പോയി മടങ്ങിവന്ന ഒരു പെൺകുട്ടി ഇവിടെ അടു

ത്തുണ്ട്. ഒരിക്കൽ അവൾ ലിസ്കാനോറിൽനിന്ന് ബോട്ടിൽ വരുമ്പോൾ പിന്നിൽ തലയില്ലാത്ത ഭീമാകാരനായ ഒരു കടൽമനുഷ്യനെ കണ്ടു. അതു ദീർഘദൂരം ബോട്ടിനെ പിന്തുടർന്നു. അവളുടെ തലയിൽ ഉണ്ടായിരുന്ന സ്വർണ്ണപ്പിൻ ഇളകി കടലിൽവീണു. അതവൾ അമേരിക്കയിൽനിന്നു കൊണ്ടുവന്നതായിരുന്നു. പെട്ടെന്നുതന്നെ കടൽമനുഷ്യൻ അപ്രത്യക്ഷനായി. അവളുടെ സഹോദരി പിന്നിനെപ്പറ്റി ചോദിച്ചപ്പോൾ ആദ്യം ഭയന്നെങ്കിലും സംഭവം വിവരിച്ചു. അതു താഴെവീണതു നന്നായി എന്നും അതു കണ്ടിട്ടാണ് കടൽ മനുഷ്യൻ പിറകെ വന്നതെന്നും അതു കിട്ടിയില്ല എങ്കിൽ ചിലപ്പോൾ അത് ആക്രമിക്കുമായിരുന്നു എന്നും സഹോദരി പറഞ്ഞു.

ഇതിന്റെ അപ്പുറത്തുള്ള ഗ്രാമത്തിൽ മെയ് ഒന്നിന് പാല് ഒരു തുള്ളി പോലും മറ്റൊരാൾക്കു കൊടുക്കുകയില്ല. കഴിഞ്ഞ ശനിയാഴ്ച മെയ് ഒന്നായിരുന്നു. ഒരു പാവം സ്ത്രീ മരണാസന്നയായി. അവർക്കു സ്വന്തമായി കറവ ഇല്ല. ആരും തന്നെ ഒരു തുള്ളി പാലു നല്കാൻ തയ്യാറായില്ല. അടുത്തദിവസം ആ സ്ത്രീ മരിച്ചു. ഇതുകേട്ട് ഞാൻ കരഞ്ഞു പോയി.

എന്റെ സഹോദരി അമേരിക്കയ്ക്കു പോയത്, ഒരു മെയ് ഒന്നിനാണ്. തലേദിവസം ഒരു യാത്രയയപ്പു സൽക്കാരം ഉണ്ടായിരുന്നു. അന്നുരാത്രിയിൽ അടുത്തവീട്ടിലെ പെൺകുട്ടി ഒരു സ്ത്രീയെ സ്വപ്നം കണ്ടു; അവർ പാർട്ടി നടന്ന വീടിന്റെ ചുറ്റും നിരീക്ഷിച്ചു നടക്കുന്നതായും വീടിന്റെ മേല്ക്കൂരയിൽനിന്ന് ഏതാനും സ്ട്രോ പെറുക്കിയെടുക്കുന്നതായും.

ആ സ്ത്രീമൂലം പിന്നീട് ആ വീട്ടിൽ ഒരു കുട്ടി മരിച്ചു എന്നാണ് കേൾവി. അവരെപ്പറ്റി ആരും നല്ലതു പറയുന്നില്ല. അവരുടെ ഭർത്താവ് ഇപ്പോൾ സുഖമില്ലാതെ കിടക്കുകയാണെന്നു കേൾക്കുന്നു.”

രാപ്പാടിയും റോസാപ്പൂവും
- ഓസ്കാർ വൈൽഡ്

The Nightingale and The Rose
- Oscar Wilde

[കവിയും നിരൂപകനും നാടകകൃത്തും നോവലിസ്റ്റും ചെറുകഥാകാരനുമാണ് ഓസ്കാർ വൈൽഡ് (1854–1900). ഓസ്കാർ ഫിൻഗൽ ഒ ഫ്ളാഹർട്ടി വിൽസ് വൈൽഡ് എന്ന് പൂർണ്ണമായ പേർ. *ഹാപ്പി പ്രിൻസ് ആന്റ് അദർ സ്റ്റോറീസ്* (1888) എന്ന കൃതിയിൽ ചേർത്തിട്ടുള്ള 'രാപ്പാടിയും റോസാപ്പൂവും' എന്ന കഥ വിഖ്യാതമാണ്. *ദ പിക്ചർ ഒഫ് ഡോറിയൻ ഗ്രേ* (1891), *ലേഡി വിന്റർ മേയേഴ്സ് ഫാൻ* (1892), *സലോമി* (1896), *ആൻ ഐഡിയൽ ഹസ്ബൻഡ്* (1898), *ദ ഇംപോർട്ടൻസ് ഒഫ് ബീയിങ് ഏണസ്റ്റ്* (1898) തുടങ്ങി നിരവധി കൃതികളുടെ കർത്താവാണ് ഓസ്കാർ വൈൽഡ്.]

"ചെമന്ന റോസാപ്പൂ നല്കിയാൽ എന്നോടൊപ്പം ഡാൻസ് ചെയ്യാമെന്ന് അവൾ പറഞ്ഞതാണ്. എന്നാൽ എന്റെ പൂന്തോട്ടത്തിൽ ചെമന്ന റോസാപ്പൂ ഇല്ലല്ലോ." വിദ്യാർത്ഥി ഉറക്കെ വിലപിച്ചു.

ഓക്കുമരത്തിലെ കൂട്ടിലിരുന്ന് ഈ കരച്ചിൽ കേട്ട രാപ്പാടി ഇലകൾക്കിടയിലൂടെ നോക്കി അമ്പരന്നു.

"എന്റെ പൂന്തോട്ടത്തിലൊരിടത്തും ഒരു റോസാപ്പൂവ് ഇല്ലല്ലോ." – അവന്റെ മനോഹരമായ കണ്ണുകൾ ഈറനണിഞ്ഞിരുന്നു. "എത്ര നിസ്സാരമായ വസ്തുക്കളെയാശ്രയിച്ചാണ് സന്തോഷം നിലനില്ക്കുന്നത്! ബുദ്ധിയുള്ള മനുഷ്യർ എഴുതിയതൊക്കെയും ഞാൻ വായിച്ചിരിക്കുന്നു. തത്ത്വശാസ്ത്രത്തിന്റെ രഹസ്യങ്ങളൊക്കെയും എനിക്കറിയാം. എന്നിട്ടും ഒരു റോസാപ്പൂവിനുവേണ്ടി ഞാനെത്ര നിരാശനായിരിക്കുന്നു."

"ഒടുവിൽ ഇതാ ഒരു യഥാർത്ഥ പ്രണയി." രാപ്പാടി പറഞ്ഞു: "എത്രയോ രാത്രികൾ ഞാൻ അവനുവേണ്ടി പാടി, എനിക്കവനെ അറിയില്ല എങ്കിലും, അവന്റെ കഥ എത്രയോ രാത്രികളിൽ ഞാൻ നക്ഷത്ര

ങ്ങളോടു പറഞ്ഞു. ഇപ്പോഴാണ് ഞാൻ അവനെ കാണുന്നത്. കറുത്തിരുണ്ട തലമുടി. അവന്റെ ചുണ്ടാകട്ടെ, അവൻ ആഗ്രഹിക്കുന്ന പൂവുപോലെ ചെമന്നത്. വികാരാധീനനായ അവന്റെ മുഖം വിളറി വെളുത്തിരിക്കുന്നു. സങ്കടം അവന്റെ നെറ്റിയിൽ ചുളിവുകൾ വീഴ്ത്തിയിരിക്കുന്നു."

"രാജകുമാരൻ നാളെ രാത്രി ഒരു നൃത്തവിരുന്ന് ഒരുക്കുന്നുണ്ട്." വിദ്യാർത്ഥി അടക്കം പറഞ്ഞു: "എന്റെ പ്രണയിനി അക്കൂട്ടത്തിലുണ്ടാകും. ഒരു റോസാപ്പൂവ് അവൾക്കു കൊടുക്കാൻ സാധിച്ചാൽ എനിക്ക് അവളോടൊപ്പം വെളുക്കുന്നതുവരെ നൃത്തം ചെയ്യാൻ കഴിയും. ചെമന്ന റോസാപ്പൂ ലഭിച്ചിരുന്നെങ്കിൽ അവളെ എന്റെ കൈകളിൽ കോരിയെടുക്കാമായിരുന്നു. എന്റെ തോളിലേക്ക് അവൾ തല ചായ്ക്കുമായിരുന്നു. അവളുടെ കരങ്ങൾ എന്റെ കരങ്ങളിൽ പിണയുമായിരുന്നു. പക്ഷേ, എന്റെ പൂന്തോട്ടത്തിൽ ചെമന്ന റോസാപ്പൂവ് ഇല്ലല്ലോ. ഞാൻ വിഷണ്ണനായി, ഏകനായി ഇവിടിരിക്കുമ്പോൾ അവൾ എന്നെ കടന്നുപോകും. അവൾ എന്നെ കണ്ടതായി ഭാവിക്കില്ല. എന്റെ ഹൃദയം തകർന്നുപോകും."

"ഇതാ ഇവിടെയാണ് യഥാർത്ഥ പ്രണയി." രാപ്പാടി പറഞ്ഞു: "ഞാൻ പാടുമ്പോൾ അവൻ വിഷമിക്കുന്നു. അവൻ വേദനിക്കുമ്പോൾ എനിക്കെന്തു സന്തോഷം. പ്രണയം തീർച്ചയായും വിസ്മയകരമായ ഒരു സംഗതിയാണ്. മരതകത്തേക്കാൾ അതു മൂല്യവത്താണ്, ജന്മനക്ഷത്രക്കല്ലിനേക്കാൾ അതു പ്രിയപ്പെട്ടതാണ്. മുത്തിനോ പവിഴത്തിനോ ഒന്നും അതു വാങ്ങാൻ സാധിക്കില്ല. അതു ചന്തയിൽ ലഭിക്കുകയുമില്ല. വ്യാപാരികൾക്ക് അത് വാങ്ങാനോ ത്രാസിൽ സ്വർണ്ണമിട്ടു തൂക്കിനോക്കാനോ സാദ്ധ്യമല്ല.

"സംഗീതജ്ഞർ ഗ്യാലറിയിൽ നിരന്നിരിക്കും." വിദ്യാർത്ഥി നൊമ്പരത്തോടെ സ്വപ്നത്തിലെന്നവണ്ണം പറഞ്ഞു: "അവർ തന്ത്രിവാദ്യങ്ങളിൽ സംഗീതം പൊഴിക്കും. ഹാർപ്പിന്റെയും വയലിന്റെയും മന്ത്രനാദങ്ങൾക്കൊപ്പം എന്റെ കാമുകി നൃത്തം ചെയ്യും. കാലുകൾ നിലത്തുതൊടാത്തതുപോലെ മന്ദംമന്ദം അവൾ നൃത്തം ചെയ്യും. നർത്തകർ അവരുടെ വേഷവിധാനങ്ങളോടുകൂടി അവളെ വളയും. എന്നോടൊപ്പം അവൾ നൃത്തം ചെയ്യില്ല. അവൾക്കു നല്കാൻ എന്റെ പക്കൽ ചെമന്ന റോസാപ്പൂവില്ലല്ലോ." അവൻ പൂന്തോട്ടത്തിലെ പുൽത്തകിടിയിൽ മുഖംപൊത്തിക്കിടന്നു കരഞ്ഞു.

അവനെ കടന്നുപോയ ഒരു പല്ലി വായുവിൽ വാലു വീശിക്കൊണ്ടു ചോദിച്ചു: "എന്താ അവൻ കരയുന്നത്?"

"എന്തോ?" ചിത്രശലഭം പറഞ്ഞു.

"എന്തോ?" അവന്റെയടുക്കൽ നിലംപറ്റിച്ചേർന്നുനിന്ന പുൽക്കൊടിയും പറഞ്ഞു.

"ചെമന്ന ഒരു റോസാപ്പൂവിനുവേണ്ടിയാണ് അവൻ കരയുന്നത്." രാപ്പാടി പറഞ്ഞു.

"ഒരു റോസാപ്പൂവിനുവേണ്ടിയോ...?" പല്ലിയും ചിത്രശലഭവും പുൽക്കൊടിയും ആശ്ചര്യംപൂണ്ടു.

"എത്ര പരിഹാസ്യമാണിത്." പല്ലി പരിഹസിച്ചു ചിരിച്ചു.

എന്നാൽ രാപ്പാടിക്ക് അവന്റെ ദുഃഖത്തിന്റെ രഹസ്യവും തീവ്രതയും അറിയാമായിരുന്നു. അവൾ നിശ്ശബ്ദമായി ഓക്കുമരച്ചില്ലയിൽ ഇരുന്ന് പ്രണയത്തിന്റെ നിഗൂഢതയെപ്പറ്റി ചിന്തിച്ചു.

രാപ്പാടി ചിറകുവിരിച്ച് വായുവിലേക്കു കുതിച്ചു. ഒരു നിഴൽപോലെ അതു പൂന്തോട്ടത്തിലേക്കു പാറിവന്നു.

വിശാലമായ പൂന്തോട്ടത്തിന്റെ മദ്ധ്യത്തിൽ നില്ക്കുന്ന റോസാച്ചെടിയുടെ സമീപമെത്തി രാപ്പാടി പറഞ്ഞു: "എനിക്ക് ഒരു ചെമന്ന റോസാപ്പൂവു വേണം. ഞാൻ നിനക്കുവേണ്ടി ഒരു മധുരഗാനമാലപിക്കാം."

റോസാച്ചെടി തലയാട്ടിക്കൊണ്ട് പറഞ്ഞു: "എന്റെ പൂക്കൾക്കു വെള്ള നിറമാണ്; കടലിലെ പതപോലെ, മലയിലെ മഞ്ഞുപോലെ. എന്റെ സഹോദരി അതാ, ആ സൂര്യഘടികാരത്തിനുചുറ്റും നില്ക്കുന്ന അവളോടു ചോദിക്കൂ. നിനക്കാവശ്യമുള്ള പൂവ് ഒരുപക്ഷേ, അവൾക്കു തരാൻ കഴിയും."

രാപ്പാടി സൂര്യഘടികാരത്തെപ്പൊതിഞ്ഞുനില്ക്കുന്ന റോസാച്ചെടിയുടെ സമീപമെത്തി.

"ഒരു ചെമന്ന റോസാപ്പൂവു തരൂ..." രാപ്പാടി പറഞ്ഞു: "ഞാൻ ഒരു മധുരഗാനം നിനക്കു പാടിത്തരാം."

റോസാച്ചെടി തലയാട്ടിക്കൊണ്ട് പറഞ്ഞു: "എന്റെ പൂക്കൾക്കു മഞ്ഞ നിറമാണ്. സിംഹാസനത്തിലിരിക്കുന്ന ജലകന്യകയുടെ തലമുടിപോലെ മഞ്ഞ നിറം പൂണ്ടത്, പുൽത്തകിടിയിൽ വീശരിവാളുമായി കൊയ്യാൻ വരുന്നതിനുമുൻപ് വിടർന്നുനില്ക്കുന്ന ഡാഫോഡിൽസിന്റേതിനേക്കാൾ മഞ്ഞനിറമാർന്നത്. ആ വിദ്യാർത്ഥിയുടെ വീടിന്റെ ജനാലയ്ക്കരികിൽ നില്ക്കുന്ന എന്റെ സഹോദരിയായ റോസാച്ചെടിയോടു ചോദിക്കൂ, അവൾക്കു നിന്റെ ആഗ്രഹം സാധിക്കാൻ കഴിഞ്ഞേക്കും."

രാപ്പാടി ജനാലയ്ക്കരികിലെ റോസാച്ചെടിയുടെ സമീപമെത്തി പറന്നുനിന്നു ചോദിച്ചു: "ഒരു ചെമന്ന റോസാപ്പൂവു തരുമോ? എന്റെ ഏറ്റവും മധുരമുള്ള ഗാനം ഞാൻ നിനക്കുവേണ്ടി ആലപിക്കാം."

റോസാച്ചെടി തലകുലുക്കി.

"എന്റെ പൂക്കൾ ചെമന്നതാണ്; മാടപ്രാവിന്റെ കാലുപോലെ ചെമന്നത്, മഹാസമുദ്രത്തിൽ ഓളം തുളുമ്പുന്ന പവിഴപ്പുറ്റിന്റെ ചിറകിനേക്കാൾ ചെമപ്പാർന്നത്. പക്ഷേ, ഈ തണുപ്പുകാലം എന്റെ ഞരമ്പുകളെ മരവിപ്പിച്ചിരിക്കുന്നു. മഞ്ഞ് എന്റെ മുകുളങ്ങളെ ഞെരുക്കിയിരിക്കുന്നു, കൊടുങ്കാറ്റ് എന്റെ ചില്ലകളെ ഒടിച്ചു വീഴ്ത്തിയിരിക്കുന്നു. ഈ വർഷം എനിക്കു പൂക്കളേയില്ല."

“എനിക്ക് ഒരു ചെമന്ന പൂവു മാത്രം മതി.?” രാപ്പാടി കരഞ്ഞപേക്ഷിച്ചു. “അതെനിക്കു കിട്ടാൻ ഒരു വഴിയുമില്ലേ?”

“ഒരു വഴിയുണ്ട്.” റോസാച്ചെടി പറഞ്ഞു. “അത് ഭീകരമാണ്, ഞാൻ പറയുന്നില്ല.”

“പറയൂ...” രാപ്പാടി പറഞ്ഞു: “എനിക്ക് ഒരു ഭയവുമില്ല.”

“നിനക്ക് ഒരു ചെമന്ന റോസാപ്പൂവാണു വേണ്ടതെങ്കിൽ, നിന്റെ സംഗീതംകൊണ്ട് നിലാവെളിച്ചത്തിൽ ഹൃദയരക്തം ഉപയോഗിച്ച് അത് നിർമ്മിക്കണം. എന്റെ ഒരു മുള്ളിലേക്ക് ഹൃദയമമർത്തിപ്പിടിച്ച് നിലാവുള്ള രാത്രിയിൽ നീ പാടിക്കൊണ്ടിരിക്കണം, ഒരു രാത്രി മുഴുവനും. എന്റെ മുള്ള് നിന്റെ ഹൃദയത്തിൽ തുളഞ്ഞുകയറി രക്തമൂറ്റും. നിന്റെ ജീവരക്തം എന്റെ സിരകളിലേക്കൊഴുകും, അപ്പോൾ അത് ഒരു പൂവായി വിരിയും.”

“ഒരു ചെമന്ന റോസാപ്പൂവിന്റെ വില എന്റെ മരണമോ? അതു കടുത്ത വിലയായിപ്പോയി.” രാപ്പാടി കരഞ്ഞു. “ജീവിതം എല്ലാവർക്കും പ്രിയപ്പെട്ടതാണ്. ഹരിതമരങ്ങൾക്കിടയിലിരിക്കുക, സുവർണ്ണരഥത്തിലെഴുന്നള്ളുന്ന സൂര്യനെ നോക്കിയിരിക്കുക, മുത്തുമണികളുടെ രഥത്തിൽ വരുന്ന ചന്ദ്രനെ കാണുക – എല്ലാം എത്ര ആനന്ദദായകമാണ്. റോസാപ്പൂവിന്റെ സുഗന്ധം; താഴ്വരയിൽ വിരിയുന്ന കോളാമ്പിപ്പൂവ്, കുന്നിലെ കുറ്റിക്കാട് – എല്ലാം സുഖദായകമാണ്. എങ്കിലും ജീവിതത്തേക്കാൾ ശ്രേഷ്ഠം പ്രണയമാണ്. ഒരു മനുഷ്യഹൃദയവുമായി താരതമ്യം ചെയ്യുമ്പോൾ ഒരു പറവയുടെ ഹൃദയം എത്ര നിസ്സാരമാണ്.”

ഊതനിറമുള്ള ചിറകുകൾ വിടർത്തി രാപ്പാടി വായുവിൽ പറന്നുയർന്നു. ഒരു നിഴൽപോലെ അവൾ പൂന്തോട്ടം പിന്നിട്ടു.

വിദ്യാർത്ഥി അപ്പോഴും പുൽത്തകിടിയിൽ കിടന്നു കരയുന്നുണ്ടായിരുന്നു.

“സന്തോഷമായിരിക്കുക.” രാപ്പാടി പറഞ്ഞു: “എന്റെ ഹൃദയരക്തത്താൽ നിലാവെളിച്ചത്തിൽ സംഗീതമാലപിച്ച് ഞാൻ നിനക്കുവേണ്ടി ചെമന്ന റോസാപ്പൂവുണ്ടാക്കിത്തരും. എനിക്കു നിന്നോടു പറയാൻ ഒന്നേയുള്ളൂ, ഒരു യഥാർത്ഥ പ്രണയിയായിരിക്കുക. പ്രണയം തത്ത്വചിന്തയേക്കാൾ ശ്രേഷ്ഠമാണ്, ശക്തിയേക്കാൾ മഹത്ത്വമുള്ളതാണ്, അതിന്റെ ചിറകുകൾ അഗ്നിയുടെ നിറം പൂണ്ടതാണ്, അതിന്റെ ശരീരം തീനാളസമാനമാണ്, അതിന്റെ ചുണ്ടുകൾ തേൻപോലെ മധുരമാർന്നതാണ്, പുസ്തകങ്ങളിലുള്ള വിവരണം എല്ലാമറിയുന്നതു പ്രണയം മാത്രമാണ്.”

വിദ്യാർത്ഥി തലയുയർത്തിനോക്കി, രാപ്പാടി പറഞ്ഞതു ശ്രദ്ധിച്ചു. രാപ്പാടി പറഞ്ഞതെല്ലാം അവനു മനസ്സിലായില്ല.

എന്നാൽ ഓക്കുമരത്തിന് എല്ലാം മനസ്സിലായി. അതു വല്ലാതെ സങ്കടപ്പെട്ടു. തന്റെ ശാഖകളിൽ കൂടുകൂട്ടി പാട്ടുപാടിയിരുന്ന രാപ്പാടിയുടെ ഭാവിയെപ്പറ്റി ആശങ്കാകുലയായ ഓക്കുമരം ദുഃഖംപൂണ്ടു നിന്നു.

"അവസാനമായി നീ ഒരു പാട്ടു പാടൂ." ഓക്കുമരം പറഞ്ഞു. "നീ പോയാൽ ഞാൻ ഏകനാകും." ഓക്കുമരത്തിനു സങ്കടമടക്കാനായില്ല.

രാപ്പാടി ഓക്കുമരത്തിനുവേണ്ടി പാടി, വെള്ളിപ്പാത്രത്തിലെ ജലത്തിൽനിന്നുയരുന്ന കുമിളകളുടെ ശബ്ദത്തിൽ.

രാപ്പാടിയുടെ പാട്ടു കഴിഞ്ഞപ്പോൾ വിദ്യാർത്ഥി എഴുന്നേറ്റ്, പോക്കറ്റിൽനിന്ന് ഒരു നോട്ടുബുക്കും പെൻസിലും എടുത്തു.

പൂന്തോട്ടത്തിലൂടെ നടക്കവേ അയാൾ ആത്മഗതമായി പറഞ്ഞു: "അവൾക്ക് അവളുടേതായ അഭിപ്രായമുണ്ട്, അത് നിഷേധിക്കാവതല്ല. എന്നാൽ അവൾക്ക് വികാരമുണ്ടോ? എനിക്ക് ഭയമില്ല. സത്യത്തിൽ അവളും എല്ലാ കലാകാരന്മാരെയുംപോലെയാണ്. ആത്മാർത്ഥതയില്ല, എല്ലാം പ്രകടനമാണ്. മറ്റുള്ളവർക്കുവേണ്ടി ത്യാഗമനുഭവിക്കാൻ അവൾ തയ്യാറാവില്ല. അവൾക്ക് സംഗീതം മാത്രമാകും ചിന്തയിൽ. കലകൾ സ്വാർത്ഥമാണെന്ന് ഏവർക്കുമറിയാം. എങ്കിലും അവളുടെ പാട്ടിന് ഭംഗി കൂടുതലുണ്ട്, പ്രായോഗികതലത്തിൽ അത് അർത്ഥശൂന്യമാണെങ്കിലും."

അവൻ സ്വന്തം മുറിയിലേക്കു പോയി. സ്വന്തം മെത്തയിൽ കിടന്ന് പ്രണയത്തെപ്പറ്റി ചിന്തിച്ചുതുടങ്ങി. ക്രമേണ അവൻ ഉറക്കത്തിലേക്ക് ഊർന്നിറങ്ങി.

നിലാവുദിച്ചു. രാപ്പാടി റോസാച്ചെടിയുടെ സമീപത്തേക്കു പറന്നെത്തി.

റോസാച്ചെടിയിലെ ഒരു മുള്ളിലേക്ക് രാപ്പാടി ഹൃദയം ചേർത്തുവച്ചു. രാപ്പാടി തന്റെ ഏറ്റവും മധുരമായ ഗാനം പാടിത്തുടങ്ങി. തണുത്തുറഞ്ഞ നിലാവുപോലും ആ ഗാനത്തിലലിഞ്ഞുപോയി. ഹൃദയം മുള്ളിലേക്ക് കൂടുതൽ കൂടുതൽ ചേർത്തുകൊണ്ട് രാപ്പാടി രാത്രി മുഴുവൻ പാടി. രാപ്പാടിയുടെ ഹൃദയരക്തം റോസാച്ചെടിയുടെ ധമനിയിലേക്ക് മുള്ളിലൂടെ ഒഴുകുകയാണ്.

രാപ്പാടിയുടെ പ്രണയഗീതം ഉച്ചസ്ഥായിയിലേക്കു പോകുന്നു. റോസാച്ചെടിയിൽ ഒരു പൂവു വിരിയാൻ തുടങ്ങി, ചെമന്ന പൂവ്, തുടുത്തു ചെമന്ന പൂവ്, തുടുതുടെത്തുടുത്ത ചെമന്ന പൂവ് – ദളങ്ങളൊന്നൊന്നായി വിടർത്തി വിരിഞ്ഞു. പൊയ്കയിലെ പൂവുപോലെ റോസാച്ചെടിയുടെ മുകളറ്റത്ത് ആ ചെമന്ന പൂവ് വിരിഞ്ഞുവന്നു.

ഹൃദയം കൂടുതൽ കൂടുതൽ മുള്ളിനോടു ചേർത്തമർത്താൻ റോസാച്ചെടി രാപ്പാടിയോട് ആവേശത്തോടെ പറഞ്ഞു.

"അമർത്തൂ, അമർത്തൂ..." റോസാച്ചെടി രാപ്പാടിയോട് വീണ്ടും വീണ്ടും പറഞ്ഞു.

മുള്ളിലേക്ക് ഹൃദയം ചേർത്തമർത്തിക്കൊണ്ട് രാപ്പാടി തൊണ്ടപൊട്ടുമാറുച്ചത്തിൽ പാടി. രാപ്പാടിക്ക് ഹൃദയരക്തം എന്നപോലെ മാംസവും നഷ്ടമായിത്തുടങ്ങി. വധുവിന്റെ ചുണ്ടിൽ ചുംബിച്ച വരന്റെ മുഖത്തെ തുടുപ്പുപോലെ റോസാച്ചെടിയുടെ ഇലകളിൽ ആ മാംസച്ചീളുകൾ തങ്ങിനിന്നു.

"അമർത്തൂ, കൂടുതൽ അമർത്തൂ, ഇപ്പോൾ നേരം വെളുക്കും, അതിനുമുൻപേ പൂവു വിരിയട്ടെ."

റോസാച്ചെടിയുടെ മുള്ള് രാപ്പാടിയുടെ ഹൃദയത്തിൽ തുളഞ്ഞു കയറി. പാട്ട് അതിന്റെ പാരമ്യത്തിലേക്ക് ഉയർന്നു.

കിഴക്കൻ ചക്രവാളത്തിലെ പ്രഭാതപുഷ്പംപോലെ റോസാപ്പൂവു വിടർന്നു. രാപ്പാടിയുടെ ശബ്ദം നേർത്തുനേർത്തു തൊണ്ടയിൽ കുരുങ്ങിനിന്നു. രാപ്പാടിയുടെ കണ്ണുകൾക്കുമീതെ ഒരു പാട മൂടി. പ്രഭാതത്തെ മറന്ന് നിലാവു നിശ്ചലമായി നിന്നു. ചെമന്ന റോസാപ്പൂ പ്രഭാതവായുവിൽ ഇതൾ വിടർത്തി. രാപ്പാടിയുടെ അവസാനശബ്ദം കേട്ടു. നദിയുടെ ഓളങ്ങൾ ആ സന്ദേശം സാഗരത്തിലെത്തിച്ചു.

"പൂവു വിരിഞ്ഞതു നോക്കൂ..." റോസാച്ചെടി രാപ്പാടിയോട് പറഞ്ഞു. മറുപടി ഉണ്ടായില്ല. പുൽത്തകിടിയിലേക്ക്, ഹൃദയത്തിൽ തറഞ്ഞു നില്ക്കുന്ന മുള്ളുമായി രാപ്പാടി വീണു. അവൾ നിശ്ചലയായി.

വിദ്യാർത്ഥി വീടിന്റെ ജനാല തുറന്നുനോക്കുമ്പോൾ ചെമന്നു തുടുത്ത റോസാപ്പൂവു കണ്ടു.

"എന്തു ഭാഗ്യം, എന്റെ ജീവിതത്തിൽ ഇത്രയും മനോഹരമായ ഒരു റോസാപ്പൂവു കണ്ടിട്ടില്ല." അവൻ വേഗം പൂന്തോട്ടത്തിലിറങ്ങിവന്ന് ആ പൂവു നുള്ളിയെടുത്തു. അവൻ അത് ആദ്യം തന്റെ തൊപ്പിയിൽ ചൂടി. പിന്നെ അതു കൈയിലെടുത്ത് പ്രൊഫസറുടെ വീട്ടിലേക്ക് ഓടി.

പ്രൊഫസറുടെ മകൾ വീടിന്റെ വാതില്ക്കൽ തുന്നിക്കൊണ്ട് ഇരിക്കുകയായിരുന്നു. അവളുടെ വളർത്തുനായ കാലിൽ പറ്റിച്ചേർന്നു കിടക്കുന്നു.

"ഒരു ചെമന്ന റോസാപ്പൂവു കൊണ്ടുവന്നാൽ നീ എന്നോടൊപ്പം നൃത്തം ചെയ്യാമെന്നു പറഞ്ഞിരുന്നല്ലോ." വിദ്യാർത്ഥി ആവേശത്തോടെ പ്രണയിനിയോടു പറഞ്ഞു: "ഇതാ ലോകത്തിൽ കിട്ടാവുന്നതിൽ ഏറ്റവും ചെമന്ന റോസാപ്പൂവ്. നീ ഇന്നു നിന്റെ ഹൃദയത്തോട് ചേർത്ത് ഇതു വയ്ക്കുക. നാം ഒരുമിച്ചു നൃത്തം ചെയ്യുമ്പോൾ അതു നിന്നോടു പറയും, ഞാൻ എത്രമാത്രം നിന്നെ സ്നേഹിക്കുന്നുവെന്ന്."

അവൾ അതൃപ്തിയോടെ മുഖം തിരിച്ചു. "അതെന്റെ വേഷത്തിനു യോജിച്ചതല്ല." അവൾ പറഞ്ഞു: "ചേംബർ ലെയ്നിന്റെ അനന്തരവൻ കുറച്ചു രത്നങ്ങൾ എനിക്കു നല്കിയിട്ടുണ്ട്. രത്നത്തിന് പൂക്കളേക്കാൾ വിലയുണ്ടെന്ന് ആർക്കാണറിയാത്തത്?"

"വാക്കു പാലിക്കാത്ത നീ നന്ദികെട്ടവളാണ്." വിദ്യാർത്ഥി കോപത്തോടെ പറഞ്ഞു. അവൻ ആ റോസാപ്പൂവ് തെരുവിലേക്ക് വലിച്ചെറിഞ്ഞു. അതൊരു കുഴിയിൽ വീണു. അതിന്റെ മുകളിലൂടെ ഒരു വണ്ടിച്ചക്രം കയറിയിറങ്ങി.

"നന്ദികെട്ടവൻ." അവൾ പറഞ്ഞു. "നീ എന്തിനാ ഇത്ര ദേഷ്യപ്പെടുന്നത്. ആരാണു നീ? ഒരു വിദ്യാർത്ഥിമാത്രം. ചേംബർ ലെയ്നിന്റെ അനന്തരവന്റെ ഷൂസിലെ വെള്ളിക്കൊളുത്തുകൾ നിനക്കുണ്ടെന്നു പറ

ഞ്ഞാലും ഞാൻ നിന്നെ വിശ്വസിക്കുകയില്ല." അവൾ എഴുന്നേറ്റ് വേഗത്തിൽ വീടിനുള്ളിലേക്കു പോയി.

"പ്രണയം എത്ര നിസ്സാരകാര്യമാണ്." വിദ്യാർത്ഥി പറഞ്ഞു. അവൻ തിരിച്ചുനടന്നു.

"യുക്തിയുടെ പകുതിപോലും പ്രയോജനമുള്ളതല്ല പ്രണയം. അത് ഒന്നും തെളിയിക്കുന്നില്ല, കാരണം സംഭവിക്കാത്ത കാര്യങ്ങളാണ് അത് പ്രവചിക്കുന്നത്. അയഥാർത്ഥമായ കാര്യങ്ങൾ വിശ്വസിപ്പിക്കാനതു ശ്രമിക്കുന്നു. പ്രണയം അപ്രായോഗികമാണ്. ഇക്കാലത്ത് പ്രായോഗികതയാണ് എല്ലാം. ഞാൻ തത്ത്വശാസ്ത്രത്തിലേക്കും വേദാന്തത്തിലേക്കും തിരിച്ചുപോകുന്നു."

വീട്ടിലെത്തിയ വിദ്യാർത്ഥി പൊടിപിടിച്ച തടിച്ച പുസ്തകം എടുത്തുവച്ചു വായന തുടങ്ങി.

നക്ഷത്രക്കുഞ്ഞ്
- ഓസ്കാർ വൈൽഡ്

The Star-Child
- Oscar Wilde

ഒരിക്കൽ പാവപ്പെട്ട രണ്ടു മരംവെട്ടുകാർ പൈൻമരക്കാട്ടിലൂടെ വീട്ടിലേക്കു പോകുകയായിരുന്നു. ശൈത്യകാലരാത്രി. മണ്ണും മരങ്ങളും മഞ്ഞു പുതച്ചിരിക്കുന്നു. വഴിയുടെ ഇരുവശങ്ങളിലുമുള്ള പുൽക്കൊടികളെ ഉറഞ്ഞ മഞ്ഞ് ഞെരിച്ചിരുന്നു. ഹിമരാജന്റെ ചുംബനമേറ്റ് മലയുടെ നദീപ്രവാഹം വായുവിൽ നിശ്ചലമായി തൂങ്ങിനില്ക്കുന്നു.

മൃഗങ്ങളും പക്ഷികളും എന്തുചെയ്യണമെന്നറിയാതെ വിഷമിക്കുന്നത്ര തണുപ്പ്.

“ഹ! ഭീതിജനകമായ കാലാവസ്ഥ. ഗവൺമെന്റ് ഇതിന് ഒന്നും ചെയ്യാത്തതെന്താണ്?” വാൽ പിൻകാലുകൾക്കിടയിൽ ചുരുട്ടിവച്ച് കുറ്റിക്കാട്ടിൽനിന്നു തലനീട്ടി ചെന്നായ മുരണ്ടു.

“വീറ്റ്, വീറ്റ്, വീറ്റ്” പച്ചത്തത്ത പറഞ്ഞു: “പഴയ ഭൂമി മരിച്ചിരിക്കുന്നു. അതിനാൽ അവർ അതിനെ വെള്ള പുതപ്പിച്ചിരിക്കുകയാണ്.”

“ഭൂമിക്കു കല്യാണമായി. നവവധുവായി അവൾ ഉടുത്തൊരുങ്ങിയിരിക്കുകയാണ്.” പ്രാവുകൾ പരസ്പരം കുറുകിപ്പറഞ്ഞു. പല വർണ്ണമുള്ള കാലുകൾ തണുത്തുമരവിച്ചുവെങ്കിലും ഈ സാഹചര്യത്തെ കാല്പനികമായി വിവരിക്കാനാണ് അവർ ഇഷ്ടപ്പെട്ടത്.

“അസംബന്ധം.” ചെന്നായ ക്രൂരമായി മുരണ്ടു. “ഇതു ഗവൺമെന്റിന്റെ വീഴ്ചയാണെന്നു ഞാൻ പറയുന്നു. എന്നെ വിശ്വസിക്കുന്നില്ല എങ്കിൽ ഞാൻ നിങ്ങളെ തിന്നുകളയും.” ചെന്നായയ്ക്ക് നല്ല പ്രായോഗിക ബുദ്ധിയുണ്ട്. വാദത്തിനുള്ള അവസരങ്ങൾ അവ നഷ്ടപ്പെടുത്താറില്ല.

തത്ത്വചിന്തകനായ മരംകൊത്തി പറഞ്ഞു: “അണുസിദ്ധാന്തമാണെങ്കിലും വിവരിക്കാനൊന്നും ഞാനില്ല. എന്നെ സംബന്ധിച്ചിടത്തോളം പറ

യുകയാണെങ്കിൽ, ഒരു സംഗതി എങ്ങനെയാണോ അങ്ങനെ. ഇപ്പോൾ ഭയങ്കരമായ തണുപ്പാണ്."

തീർച്ചയായും ഭയങ്കരമായ തണുപ്പാണ്. പൊക്കമുള്ള ഫിർമരത്തിന്റെ പൊത്തിലിരുന്ന അണ്ണാറക്കണ്ണന്മാർ പരസ്പരം മൂക്കുരുമ്മി ചൂടു പകർന്നു.

മുയലുകൾ മാളങ്ങളിൽ ചുരുണ്ടുകൂടി. മാളത്തിനു പുറത്തേക്കു വരാൻ അവ ഭയന്നു. മഞ്ഞിനെ സന്തോഷത്തോടെ എതിരേറ്റത് മൂങ്ങകൾ മാത്രമാണ്. തൂവലുകളെ മഞ്ഞുപൊതിഞ്ഞിട്ടും വകവയ്ക്കാതെ മഞ്ഞനിറത്തിലുള്ള ഉണ്ടക്കണ്ണുകൾ മുഴപ്പിച്ച് വട്ടംകറക്കി വനത്തിൽ പലയിടങ്ങളിലായുള്ള സ്വന്തക്കാരോടായി അവ ഉറക്കെപ്പറഞ്ഞു: "റ്റു - വിറ്റ്,റ്റു - വിറ്റ്, റ്റു - വിറ്റ് - എന്തു സുന്ദരമായ കാലാവസ്ഥയാണ്."

മരം വെട്ടുകാർ മുൻപോട്ടു മുൻപോട്ടു നടന്നു. അവർ ബലമുള്ള കോച്ചുന്ന കൈകൾ കൂട്ടിയിടിച്ചു. കട്ടപിടിച്ചു കിടക്കുന്ന മഞ്ഞിൽ ഇരുമ്പു തറച്ച ബൂട്ടുകൾ ആഞ്ഞമർത്തി അവർ നടക്കുകയാണ്. താഴ്ചയുള്ള ഒരു കുഴിയിലേക്കു തെന്നിവീണ്, മാവരയ്ക്കുന്ന മില്ലുടമയെപ്പോലെ ദേഹം മുഴുവൻ മഞ്ഞുമായി അവർ എഴുന്നേറ്റു. ഒഴുക്കുജലം കട്ടിപിടിച്ച ഇടമായിരുന്നു അത്. തലയിലുണ്ടായിരുന്ന വിറകുകെട്ടുകൾ കെട്ടുപൊട്ടിച്ച് ചിതറി. അവർ അവ പെറുക്കിയെടുത്ത് വീണ്ടും കെട്ടി നടന്നു തുടങ്ങി. വഴി തെറ്റിയോ എന്നുപോലും അവർക്കുതോന്നി. ഒരു ഭയം അവരെ ആവരണംചെയ്തു. മഞ്ഞിന്റെ കൈകളിൽ മയങ്ങുന്നവരോട് അത് ക്രൂരമായി പെരുമാറും. യാത്രികരെ സംരക്ഷിക്കുന്ന സെന്റ് മാർട്ടിനിൽ വിശ്വാസമർപ്പിച്ച് നടന്ന് വനത്തിന്റെ അതിർത്തിയിൽ അവരെത്തി. അങ്ങു താഴെ താഴ്വരയിൽ തങ്ങൾ താമസിക്കുന്ന ഗ്രാമത്തിലെ വിളക്കുകൾ അവർ കണ്ടു.

സന്തോഷംകൊണ്ടു മതിമറന്ന് അവർ പൊട്ടിച്ചിരിച്ചു. ഭൂമി ഒരു രജതപുഷ്പമായും ചന്ദ്രൻ സുവർണ്ണപുഷ്പമായും അവർക്കു തോന്നി.

അവരുടെ ചിരി പെട്ടെന്നു നിലച്ചു. തങ്ങളുടെ ദാരിദ്ര്യത്തെപ്പറ്റിയുള്ള ഓർമ്മ അവരിൽ വളർന്നു. ഒരാൾ മറ്റവനോടു പറയുകയാണ്, "നമ്മളെന്തിനാണു സന്തോഷിക്കുന്നത്? ജീവിതം പണക്കാർക്കുള്ളതാണ്, നമ്മളെപ്പോലുള്ളവർക്കുള്ളതല്ല. വനത്തിൽ തണുപ്പുമൂലം മരവിച്ചോ വല്ല വന്യമൃഗങ്ങൾക്കും തീറ്റയായോ ചാകുന്നതാണു നല്ലത്."

"സത്യം." അപരൻ പറഞ്ഞു: "ചിലർക്ക് ഏറെക്കൊടുക്കും, മറ്റുള്ളവർക്ക് തീരെക്കുറച്ചും. അനീതി ലോകത്തെ ഗ്രസിച്ചിരിക്കുന്നു. സങ്കടമല്ലാതെ മറ്റൊന്നും തുല്യമായി നല്കിയിട്ടില്ല."

തങ്ങളിൽത്തങ്ങളിൽ ദുരിതം പറഞ്ഞു നില്ക്കുമ്പോൾ അത്ഭുതകരമായ ഒരു സംഭവമുണ്ടായി. സ്വർഗ്ഗത്തിൽനിന്ന് തിളങ്ങുന്ന സുന്ദരമായ ഒരു നക്ഷത്രം അവിടെ വീണു. ആകാശത്തിന്റെ ചെരിവിലൂടെ മറ്റു നക്ഷത്രങ്ങൾക്കിടയിലൂടെ താഴേക്കുവന്ന് അല്പം അകലെയായി മരങ്ങൾക്കി

ടയിൽ അതു വന്നു വീഴുന്നത് ആശ്ചര്യത്തോടെ അവർ നോക്കിനിന്നു. ഒരു കല്ലെറിഞ്ഞാൽ വീഴുന്നത്ര അകലം മാത്രം.

"എന്ത്? ഒരു സ്വർണ്ണദണ്ഡ്..." എന്നു വിളിച്ചുപറഞ്ഞുകൊണ്ട് അവർ അതുവീണ സ്ഥലത്തേക്ക് ഓടി.

ഒരാൾ അപരനേക്കാൾ വേഗത്തിൽ ഓടി. വെളുത്ത മഞ്ഞിൽ നീണ്ട സ്വർണ്ണക്കട്ടി. അയാൾ അല്പം പരിഭ്രമിച്ചുവെങ്കിലും കുനിഞ്ഞ് അതിൽ തൊട്ടുനോക്കി. പല ചുരുളുകളുള്ള സ്വർണ്ണമേലങ്കിയായിരുന്നു അത്. അയാൾ നിധി കിട്ടിയ സന്തോഷത്തിൽ കൂട്ടുകാരനെ ഉച്ചത്തിൽ വിളിച്ചു. രണ്ടുപേരും സ്വർണ്ണക്കട്ടിയുടെ വശങ്ങളിൽ മഞ്ഞിൽ ഇരുന്നു. ചുരുളുകൾ അഴിക്കാൻ തുടങ്ങി. രണ്ടു ഭാഗമായി സ്വർണ്ണം പങ്കുവയ്ക്കാമെന്ന് അവർ മനസ്സിൽ വിചാരിച്ചു.

അത്ഭുതം! അതിനുള്ളിൽ സ്വർണ്ണമോ വെള്ളിയോ, മറ്റെന്തെങ്കിലും വിധത്തിലുള്ള നിധിയോ അല്ല, ഉറങ്ങിക്കിടക്കുന്ന ഒരു ശിശു. അവർ അത്ഭുതത്തോടെ പരസ്പരം നോക്കി.

ഒരാൾ അപരനോടു പറഞ്ഞു: "നമ്മുടെ പ്രതീക്ഷയ്ക്ക് തിക്തമായ ഫലമാണുണ്ടായത്. നമുക്കു ഭാഗ്യമില്ലാതെപോയി. ഒരു ശിശു നമുക്കെന്തു ലാഭമാണുണ്ടാക്കുക. നമുക്കിതിനെ ഇവിടെ ഉപേക്ഷിച്ചു പോകാം. നമ്മൾ പാവപ്പെട്ടവരാണ്. നമ്മുടെ കുഞ്ഞുങ്ങൾക്കു നല്കാനുള്ള ഭക്ഷണം മറ്റൊരാൾക്കുകൂടി എങ്ങനെയാണു നാം പങ്കുവയ്ക്കുക."

സുഹൃത്ത് ഉത്തരമായി ഇങ്ങനെ പറഞ്ഞു: "ഈ കുഞ്ഞിനെ കൊടും മഞ്ഞിൽക്കിടന്നു നരകിക്കാൻ വിട്ടിട്ടു പോകുന്നത് പാപമാണ്. നിന്നെപ്പോലെ ഞാനും പാവമാണ്, പലർക്കും ഭക്ഷണം നല്കേണ്ടവനുമാണ്, അല്പമാത്രവിഭവമാണ് എനിക്കുള്ളത്. എന്നിരിക്കിലും ഞാൻ ഈ കുഞ്ഞിനെ വീട്ടിൽ കൊണ്ടുപോകും, എന്റെ ഭാര്യ ഈ കുഞ്ഞിനെ പരിപാലിക്കും."

അയാൾ കുഞ്ഞിനെ പതുക്കെ കൈയിലെടുത്തു. സ്വർണ്ണപ്പാളി കൊണ്ടു പൊതിഞ്ഞു കൊടുംതണുപ്പിൽനിന്നു മുക്തമാക്കി, സുരക്ഷിതമായി കൈയിലേന്തി നടന്നു.

ഇരുവരും നടന്ന് അവരുടെ ഗ്രാമത്തിലെത്തി. പിന്നിൽ നടന്നയാൾ അപരന്റെ മണ്ടത്തരത്തെയും അമിതമായ സ്നേഹവായ്പിനെയും കളിയാക്കുന്നുണ്ടായിരുന്നു.

വീടിന്റെ മുൻപിലെത്തിയപ്പോൾ അയാൾ പറഞ്ഞു: "നീ കുഞ്ഞിനെ എടുത്തു, ആ മേലങ്കി എനിക്കു തന്നേക്കൂ. കിട്ടിയത് പങ്കുവയ്ക്കണമല്ലോ."

കുഞ്ഞിനെ കൈയിലേന്തിയ ആൾ പറഞ്ഞു: "മേലങ്കി എന്റെയോ നിന്റെയോ അല്ല, കുഞ്ഞിന്റെയാണ്."

അയാൾ വേഗം വീട്ടിലേക്കു പാഞ്ഞു. വീട്ടിൽച്ചെന്ന് വാതിലിൽ മുട്ടി.

കതകുതുറന്നു വന്ന ഭാര്യ സുരക്ഷിതമായി വീട്ടിലെത്തിയ ഭർത്താ

വിനെ സ്നേഹവായ്പോടെ കെട്ടിപ്പിടിച്ച് ഉമ്മവച്ചു. അയാളുടെ പിറകിൽ തൂക്കിയിട്ടിരുന്ന വിറകുകെട്ട് അവൾ അഴിച്ചെടുത്തു. അയാളുടെ ദേഹത്തെയും ബൂട്ടിലെയും മഞ്ഞ് തുടച്ചുകളഞ്ഞു.

അയാൾ ഭാര്യയോടു പറഞ്ഞു: "വനത്തിൽനിന്ന് ഒരു സംഗതി ലഭിച്ചിട്ടുണ്ട്. നീ അതു സംരക്ഷിക്കണം."

"എന്താണത്?" അവൾ ആശ്ചര്യത്തോടെ ചോദിച്ചുകൊണ്ടു തുടർന്നു: "വീട്ടിലൊന്നുമില്ല. ഏറെ സാധനങ്ങൾ വാങ്ങേണ്ടിയിരിക്കുന്നു."

അയാൾ മേലങ്കിച്ചുരുൾ അഴിച്ച് ഉറങ്ങുന്ന കുഞ്ഞിനെ കാണിച്ചു.

"എന്ത്? കൊള്ളാമല്ലോ... നമുക്കു നമ്മുടെ കുഞ്ഞുങ്ങളില്ലേ? ഇതിനെ കൊണ്ടുവരേണ്ട ആവശ്യമെന്ത്? ഇത് നമുക്കൊരു ദൗർഭാഗ്യം കൊണ്ടുവരില്ല എന്ന് ആരറിഞ്ഞു? ഇതിനെ എങ്ങനെ വളർത്തും?" – അയാളുടെ ഭാര്യക്ക് ഇത് ഒട്ടും അംഗീകരിക്കാനായില്ല.

"ഇത് ഒരു നക്ഷത്രക്കുഞ്ഞാണ്." ആകാശത്തുനിന്നു നക്ഷത്രക്കുഞ്ഞുവീഴുന്ന അസാധാരണമായ കാഴ്ച അയാൾ വിവരിച്ചു. അയാൾ നടന്നതെല്ലാം ഭാര്യയെ പറഞ്ഞു കേൾപ്പിച്ചു.

എന്നാൽ ഭാര്യ അതു വിശ്വസിക്കാൻ തയ്യാറായില്ല. അവൾ അയാളെ കളിയാക്കി. ദേഷ്യത്തിൽ കയർത്തു സംസാരിക്കാൻ തുടങ്ങി: "നമ്മുടെ കുഞ്ഞുങ്ങൾക്കു കൊടുക്കാൻ ഭക്ഷണമില്ല. മറ്റൊരു കുഞ്ഞിനു ഭക്ഷണം കൊടുക്കേണ്ട ആവശ്യമുണ്ടോ? ആരാണു നമ്മെ രക്ഷിക്കുക? ആരു നമുക്ക് ഭക്ഷണം തരും?"

"പറവകളെ ദൈവം സംരക്ഷിക്കുന്നു, അവയ്ക്ക് ദൈവം ഭക്ഷണം കൊടുക്കുന്നു." അയാൾ പറഞ്ഞു.

"ശൈത്യകാലത്ത് വിശപ്പുമൂലം അവ മരിക്കുന്നില്ലേ? ഇപ്പോൾ കൊടും ശൈത്യമല്ലേ?" – അവൾ ചോദിച്ചു.

അയാൾ ഒന്നും മിണ്ടാതെ തറപ്പിച്ചുനോക്കിയിരുന്നു.

വനത്തിൽനിന്നുംവന്ന ശീതക്കാറ്റ്, തുറന്നുകിടന്ന വാതിലിനുള്ളിലൂടെ ആഞ്ഞുവന്ന് ഭാര്യയെ വിറപ്പിച്ചു. അവൾ ഭർത്താവിനോടു പറഞ്ഞു: "വാതിലടയ്ക്കാമോ? കാറ്റ് വീട്ടിനുള്ളിലേക്ക് കയറുന്നു. എനിക്ക് വല്ലാതെ തണുക്കുന്നു."

"കഠിനഹൃദയമുള്ള ഇടത്തേക്ക് തിക്തമായ കാറ്റല്ലേ എപ്പോഴും വരൂ."

സ്ത്രീ അതിനു മറുപടി നല്കിയില്ല. അവൾ അടുപ്പിനടുത്തേക്ക് നിരങ്ങി നീങ്ങിയിരുന്നു.

അല്പസമയം കഴിഞ്ഞ് അവൾ ചുറ്റും നോക്കിയശേഷം നിറഞ്ഞൊഴുകിയ മിഴികളുമായി അയാളെ നോക്കി. അയാൾ മെല്ലെ വന്ന് ശിശുവിനെ അവളുടെ നീട്ടിയ കൈകളിലേക്കു നല്കി. അവൾ കുഞ്ഞിനെ ഉമ്മവച്ചു. സ്വന്തം കുഞ്ഞുങ്ങൾ ശയിക്കുന്ന മെത്തയിൽ അവരോടു ചേർത്ത് അവൾ ആ കുഞ്ഞിനെ കിടത്തി.

അടുത്ത പ്രഭാതത്തിൽ മരംവെട്ടുകാരൻ കുഞ്ഞിന്റെ സ്വർണ്ണമേലങ്കിയെടുത്ത് ഒരു പെട്ടിയിൽ ഭദ്രമായി വച്ചു. കുഞ്ഞിന്റെ കഴുത്തിൽ ഉണ്ടായിരുന്ന മഞ്ഞ കുന്തിരിക്കത്തിന്റെ മാല ഊരിയെടുത്തത് അയാളുടെ ഭാര്യയാണ്. അവൾ അതും പെട്ടിയിൽ വച്ചു.

മരംവെട്ടുകാരന്റെ കുട്ടികളോടൊപ്പം കളിച്ചും ചിരിച്ചും ഉണ്ടും ഉറങ്ങിയും ആ നക്ഷത്രക്കുഞ്ഞ് വളർന്നുവന്നു. ഓരോ വർഷം കഴിയുന്തോറും അവൻ കൂടുതൽ കൂടുതൽ സുന്ദരനായി വന്നു. മറ്റു കുട്ടികളെല്ലാം ഇരുണ്ട നിറമുള്ളവരും കറുത്ത തലമുടിയോടുകൂടിയവരും ആയിരുന്നപ്പോൾ, അവൻ ഐവറി നിറമുള്ളവനും ഡാഫിഡിലിന്റെ വളയം പോലെ ചുരുണ്ട മുടിയുള്ളവനും ആയിരുന്നു. ചുവന്ന പൂവിന്റെ ദളം പോലുള്ള ചുണ്ടുകൾ. തെളിനീരരുവിയിലെ പാടലവർണ്ണമുള്ള പൂക്കൾപോലുള്ള മിഴികൾ. പുല്ലുവെട്ടുകാരൻ വരാത്ത തകിടിയിലെ സുഗന്ധവാഹിയായ പുഷ്പങ്ങളോടുകൂടിയ നാർസിസസ് ചെടിപോലെ പുഷ്ടിപ്രാപിച്ച ശരീരം.

സുന്ദരനെങ്കിലും തിന്മയുള്ളവനായിട്ടാണ് അവൻ വളർന്നത്. അഹങ്കാരവും ക്രൂരതയും സ്വാർത്ഥതയും അവനിൽ വളർന്നു. താൻ ഉന്നതകുലജാതനാണെന്നും നക്ഷത്രത്തിൽനിന്നു പിറന്നവനാണെന്നും മരംവെട്ടുകാരന്റെ കുട്ടികളും ഗ്രാമത്തിലുള്ള മറ്റു കുട്ടികളും എല്ലാം താഴ്ന്ന നിലവാരത്തിലുള്ള മാതാപിതാക്കളുടെ കുട്ടികളാണെന്നും അതുകൊണ്ടുതന്നെ അവരെല്ലാം തന്റെ സേവകരാണെന്നും കരുതുകയും അവരോട് അവൻ ആ രീതിയിൽ പെരുമാറുകയും ചെയ്തു. പാവങ്ങളോട് അവൻ ദയ കാട്ടിയില്ല. അന്ധരോ ബധിരരോ – അങ്ങനെ എന്തെങ്കിലും വൈകല്യമുള്ളവരെ കണ്ടാൽ അവരെ കല്ലെറിഞ്ഞ് ഓടിക്കുക അവന്റെ വിനോദമായിരുന്നു. യാചകർ ഒരിക്കൽ വന്നാൽപ്പിന്നെ ആ ഗ്രാമത്തിലേക്കു വരാൻ ഭയപ്പെട്ടിരുന്നു.

അവൻ ഭ്രമിപ്പിക്കുന്ന സൗന്ദര്യത്തിന്റെ ഉടമയായിരുന്നു. എന്നിട്ടും വൈകല്യമുള്ളവരെ അവൻ പരിഹസിച്ചുപോന്നു. അവൻ അവനെമാത്രം സ്നേഹിച്ചു. ഗ്രീഷ്മകാലത്ത് കാറ്റും നിശ്ചലമാകുമ്പോൾ, അവൻ പുരോഹിതന്റെ പൂന്തോട്ടത്തിലെ കിണറ്റുകരയിൽ കിടന്ന് ഉള്ളിലേക്കുനോക്കി സ്വന്തം മുഖസൗന്ദര്യം ആസ്വദിക്കുകയും രൂപഭംഗിയിൽ മതിമറന്ന് ആഹ്ലാദിച്ച് ഉറക്കെ ചിരിക്കുകയും ചെയ്യുമായിരുന്നു.

മരംവെട്ടുകാരനും ഭാര്യയും ഇടയ്ക്ക് അവനെ ശകാരിക്കുമായിരുന്നു. അയാൾ ഒരിക്കൽ പറഞ്ഞു:

“ഒറ്റപ്പെട്ടവരും അഭയമില്ലാത്തവരുമായ ആളുകളോടു നീ പെരുമാറുന്നതുപോലെ ഞങ്ങൾ നിന്നോടു പെരുമാറുന്നില്ല. ദയ അർഹിക്കുന്നവരോട് നീ എന്താണിത്ര ക്രൂരമായി പെരുമാറുന്നത്?”

വൃദ്ധനായ പുരോഹിതൻ വന്ന് സഹജീവിസ്നേഹത്തെപ്പറ്റി അവന് പറഞ്ഞുകൊടുത്തു. “പറവകൾ നിന്റെ സഹോദരങ്ങളാണ്. അവയെ ഉപദ്രവിക്കരുത്. വനത്തിൽ ചുറ്റിയടിച്ചു പറക്കുന്ന പക്ഷികൾക്ക് അവ

രുടെ സ്വാതന്ത്ര്യമുണ്ട്. നിന്റെ സന്തോഷത്തിനുവേണ്ടി അവയെ കെണിവച്ചു കൊല്ലരുത്. കണ്ണില്ലാത്ത വിരയെയും പെരുച്ചാഴിയെയും – അങ്ങനെ എല്ലാത്തിനെയും ദൈവം സൃഷ്ടിച്ചതാണ്. ഓരോന്നിനും അതിന്റേതായ ഇടമുണ്ട്. ദൈവത്തിന്റെ ലോകത്തെ മുറിവേല്പിക്കാൻ നീ ആരാണ്? മൈതാനത്തു മേയുന്ന കന്നുകാലിപോലും ദൈവത്തെ സ്തുതിക്കുന്നു."

നക്ഷത്രക്കുഞ്ഞ് ആ വാക്കുകൾ ശ്രദ്ധിച്ചില്ല എന്നു മാത്രമല്ല, നെറ്റിചുളിച്ച് നീരസം കാട്ടുകയും നിന്ദിക്കുകയും ചെയ്തിട്ട് കൂട്ടുകാരോടൊപ്പം അവരുടെ നേതാവായി പഴയപടി നടന്നു. അവൻ സുന്ദരനായതിനാലും ഡാൻസ് ചെയ്യാനും ഫ്ളൂട്ട് വായിക്കാനും മറ്റും അറിയാവുന്നവനായതിനാലും കൂട്ടുകാർ അവനെ പിന്തുടർന്നു. അവൻ നയിച്ചിടത്തേക്കെല്ലാം അവർ നടന്നു. അവൻ പറഞ്ഞതെല്ലാം അവർ ചെയ്തു. കാട്ടുചൂരൽക്കമ്പുവച്ച് ഒരു പെരുച്ചാഴിയുടെ കണ്ണ് അവൻ കുത്തിക്കിഴിച്ചപ്പോൾ അവർ പൊട്ടിച്ചിരിച്ചു. അവൻ കുഷ്ഠരോഗിയെ കല്ലെറിഞ്ഞു, അവർ ആർത്തുചിരിച്ചു. അവരെയെല്ലാം നിയന്ത്രിച്ചത് അവനാണ്. അവരും, സ്വാഭാവികമായി അവനെപ്പോലെ കഠിനഹൃദയരായി.

ഒരിക്കൽ ആ ഗ്രാമത്തിൽ ദരിദ്രയായ ഒരു യാചകി വന്നു. മുഷിഞ്ഞുകീറിയ വേഷം. നീണ്ടദൂരം നടന്നതുമൂലം കാലുകൾ പൊട്ടി രക്തം ഒലിച്ചിരുന്നു. അവൾ തീർത്തും ദുരവസ്ഥയിലായിരുന്നു. ക്ഷീണിച്ചുവിവശയായ അവർ ഒരു ചെസ്റ്റ്നട്ട് വൃക്ഷത്തിന്റെ തണലിൽ വിശ്രമിക്കുകയായിരുന്നു.

നക്ഷത്രക്കുഞ്ഞ് അവരെ കണ്ടു. അവൻ കൂട്ടുകാരോടു പറഞ്ഞു: "നല്ല പച്ചയുള്ള ആ മരത്തിന്റെ ചുവട്ടിൽ നാറുന്ന ഒരു യാചകി ഇരിക്കുന്നു. വൃത്തികെട്ട അവളെ നമുക്കവിടെനിന്ന് ഓടിക്കാം."

അവൻ അവരുടെ അടുക്കലെത്തി. കല്ലെടുത്ത് എറിയുകയും പരിഹസിക്കുകയും ചെയ്തു. അവൻ അവരെ ക്രൂരമായി നോക്കിക്കൊണ്ടു നിന്നു.

വെട്ടിയ തടി വൃത്തിയാക്കിക്കൊണ്ടു ദൂരെനിന്ന മരംവെട്ടുകാരൻ ഇതുകണ്ട് വേഗംവന്ന് നക്ഷത്രക്കുഞ്ഞിനെ ശാസിച്ചുകൊണ്ടു പറഞ്ഞു: "നീ ഒരു ശിലാഹൃദയനാണ്. ദയയില്ലാത്തവൻ. ഈ പാവം വൃദ്ധ നിന്നോടെന്തു ചെയ്തിട്ടാണ് അവരോടിങ്ങനെ നീ ക്രൂരമായി പെരുമാറുന്നത്?"

ക്രോധംകൊണ്ട് അവന്റെ മുഖം ചെമന്നു. അവൻ പുൽത്തകിടിയിലേക്കു കയറിക്കൊണ്ടു ചോദിച്ചു: "ഇയാളാരാ എന്നെ ചോദ്യം ചെയ്യാൻ? ഞാൻ നിങ്ങളുടെ മകനല്ല, എന്നെ ഇങ്ങനെ ശാസിക്കാൻ."

"നീ പറയുന്നതു ശരിയാണ്." മരംവെട്ടുകാരൻ മറുപടിപോലെ പറഞ്ഞു: "എങ്കിലും വനത്തിൽ ഒറ്റയ്ക്കു കിടക്കുന്നതു കണ്ടപ്പോൾ ഞാൻ നിന്നോടു ദയ കാണിച്ചു."

വൃദ്ധയായ യാചകി ഇതുകേട്ടു. അവർ പൊട്ടിക്കരഞ്ഞു. അവർ മോഹാലസ്യപ്പെട്ടു നിലംപതിച്ചു. മരംവെട്ടുകാരൻ ഓടിയെത്തി അവരെ

താങ്ങിയെടുത്ത് വീട്ടിൽ കൊണ്ടുപോയി. അയാളുടെ ഭാര്യ വൃദ്ധയെ ശുശ്രൂഷിച്ചു. ബോധം വീണപ്പോൾ അവർക്കു കഴിക്കാനുള്ള ഭക്ഷണം വീട്ടുകാർ വിളമ്പിവച്ചു.

വൃദ്ധ ആഹാരം കഴിച്ചില്ല.

"ആ കുട്ടിയെ വനത്തിൽനിന്നു കിട്ടിയതാണെന്നു പറഞ്ഞില്ലേ? ഇന്നേക്കു പത്തുവർഷം മുൻപായിരുന്നില്ലേ അത്?" വൃദ്ധ മരംവെട്ടുകാരനോടു ചോദിച്ചു.

അയാൾ മറുപടിയായി പറഞ്ഞു: "അതേ, വനത്തിൽനിന്നാണ് അവനെ കിട്ടിയത്, പത്തുവർഷം മുൻപ്."

വൃദ്ധ ആവേശത്തോടു ചോദിച്ചു. "അവന്റെ കഴുത്തിൽ മഞ്ഞ കുന്തിരിക്കത്തിന്റെ മാല ഉണ്ടായിരുന്നില്ലേ? അവനെ പുതപ്പിച്ചിരുന്ന സ്വർണ്ണപ്പുതപ്പും അതിൽ നക്ഷത്രച്ചിഹ്നങ്ങളും ഉണ്ടായിരുന്നില്ലേ?"

"അതേ." മരംവെട്ടുകാരൻ പറഞ്ഞു: "പറഞ്ഞതുപോലെ തന്നെ." പെട്ടിയിൽനിന്ന് മാലയും മേലങ്കിയും എടുത്തുകൊണ്ടുവന്ന് അയാൾ വൃദ്ധയെ കാണിച്ചു.

അവർ സന്തോഷംകൊണ്ടു പൊട്ടിക്കരഞ്ഞു. എന്നിട്ട് ഇങ്ങനെ പറഞ്ഞു: "വനത്തിൽവച്ച് എനിക്കു നഷ്ടപ്പെട്ടുപോയ കുട്ടിയാണ് അവൻ. അവനെ വേഗം വിളിക്കൂ. ഈ ലോകം മുഴുവൻ ഞാൻ അവനെത്തേടി നടക്കുകയായിരുന്നു."

മരംവെട്ടുകാരനും ഭാര്യയുംകൂടി പുറത്തിറങ്ങി നക്ഷത്രക്കുഞ്ഞിനെ വിളിച്ചുവരുത്തി, അവർ പറഞ്ഞു: "വീട്ടിനകത്തേക്കു ചെല്ലൂ. അവിടെ നിന്റെ അമ്മ നിന്നെ കാത്തിരിക്കുന്നു."

അവൻ ആശ്ചര്യത്തോടും സന്തോഷത്തോടുംകൂടി ഓടി വീട്ടിനുള്ളിൽ കയറി. അകത്ത് വൃദ്ധയെ കണ്ടപ്പോൾ അവൻ പരിഹസിച്ചു ചിരിച്ചുകൊണ്ടു ചോദിച്ചു: "എവിടെ എന്റെ അമ്മ? യാചകിയെ അല്ലാതെ മറ്റാരെയും ഞാൻ കണ്ടില്ലല്ലോ?"

വൃദ്ധ പറഞ്ഞു: "ഞാൻ നിന്റെ അമ്മയാണ്."

അവൻ കലിതുള്ളിപ്പറഞ്ഞു: "എന്തു കിറുക്കാണ് പറയുന്നത്. ഞാൻ നിങ്ങളുടെ മകനല്ല. നിങ്ങൾ വൃത്തികെട്ട പിച്ചക്കാരി. ഇറങ്ങിപ്പോകൂ. എനിക്കു നിങ്ങളുടെ ചീത്തമുഖം കാണണ്ടാ."

"അല്ല, എനിക്ക് വനത്തിൽവച്ചു നഷ്ടപ്പെട്ടുപോയ കുട്ടിയാണു നീ." അവർ നക്ഷത്രക്കുഞ്ഞിന്റെ കാല്ക്കൽ വീണു തൊഴുതുകൊണ്ടു പറഞ്ഞു: "കാട്ടുകള്ളന്മാർ എന്റെ കൈയിൽനിന്നു നിന്നെ മോഷ്ടിച്ചു. എന്നിട്ട് അവർ നിന്നെ 'ചത്തുപോകട്ടെ' എന്നുപറഞ്ഞ് എറിഞ്ഞു. ഇപ്പോൾ നിന്നെ കണ്ടപ്പോൾ ഞാൻ തിരിച്ചറിയുന്നു. അടയാളങ്ങളും ഞാൻ തിരിച്ചറിഞ്ഞു. സ്വർണ്ണക്കുപ്പായവും മഞ്ഞ കുന്തിരിക്കത്തിന്റെ മാലയും. ഞാൻ അപേക്ഷിക്കുന്നു, നീ എന്റെ കൂടെ വരിക. നിന്നെയാണ് ഞാൻ ഈ ലോകമെമ്പാടും തിരഞ്ഞുനടന്നത്. വരൂ മകനേ, നിന്റെ സ്നേഹം അമ്മയ്ക്കു വേണം."

നക്ഷത്രക്കുഞ്ഞ് ഒരു ഭാവഭേദവുമില്ലാതെ നിന്നു. അവൻ ഹൃദയത്തിന്റെ വാതിലുകൾ അവർക്കുനേരേ കൊട്ടിയടച്ചിരുന്നു. കാല്ക്കൽ വീണു ഹൃദയവേദനയോടെ കരയുന്ന അമ്മയെ സമാധാനിപ്പിക്കാൻ അവനിൽനിന്ന് ഒരു ശബ്ദവും ഉയർന്നില്ല.

കുറച്ചുനേരം കഴിഞ്ഞ് അവൻ ക്രുദ്ധനായി കഠിനസ്വരത്തിൽ പറഞ്ഞു: "ശരിക്കും നിങ്ങൾ എന്റെ അമ്മയായിരുന്നു എങ്കിൽ ദൂരെ വസിക്കുകയല്ലാതെ ഇങ്ങനെ വന്ന് എന്നെ നാണംകെടുത്താൻ ശ്രമിക്കുകയില്ലായിരുന്നു. നക്ഷത്രത്തിന്റെ കുഞ്ഞായി ഞാൻ ഇവിടെ കഴിയുകയായിരുന്നു. അല്ലാതെ നിങ്ങൾ പറഞ്ഞതുപോലെ ഒരു യാചകിയുടെ മകനായല്ല. അതുകൊണ്ട് ദൂരെയെവിടെയെങ്കിലും പോകൂ. എനിക്ക് നിങ്ങളെ കാണണ്ടാ."

"മോനേ, ഞാൻ പോകാം. പോകുന്നതിനുമുൻപ് നിന്നെ ഞാൻ ഒന്ന് ഉമ്മവച്ചോട്ടെ. ഞാൻനിന്നെ കണ്ടെത്താൻ ഒരുപാടു യാതനകൾ സഹിച്ചു."

"പറ്റില്ല." അവൻ പറഞ്ഞു: "നാറുന്ന നിങ്ങളെ ചുംബിക്കാനോ? അതിനെക്കാൾ നല്ലതല്ലേ, അണലിപ്പാമ്പിനെയോ ചൊറിത്തവളയെയോ ചുംബിക്കുന്നത്."

സ്ത്രീ എഴുന്നേറ്റു. അവർ കരഞ്ഞുകൊണ്ട് വീടിനു പുറത്തിറങ്ങി നടന്നു. അവർ വനത്തിനുള്ളിലേക്കു നടന്നുകയറി. അവർ മറഞ്ഞപ്പോൾ നക്ഷത്രക്കുഞ്ഞ് സന്തോഷത്തോടെ ചിരിച്ചുകൊണ്ട് കളിക്കാനായി കൂട്ടുകാരുടെ അടുത്തേക്കു പാഞ്ഞു.

അവൻ അടുത്തുചെന്നപ്പോൾ കൂട്ടുകാർ കളിയാക്കിച്ചിരിച്ചു. "അണലിപ്പാമ്പിനെപ്പോലെ വൃത്തികെട്ടതും ചൊറിത്തവളയെപ്പോലെ ബീഭത്സവുമായ നിന്റെകൂടെ കളിക്കാൻ ഞങ്ങളില്ല." അവർ അവനെ ഓടിച്ചുവിട്ടു.

നക്ഷത്രക്കുഞ്ഞ് ആശ്ചര്യപ്പെട്ടു സ്വയം പറഞ്ഞു: "അവർ എന്താണ് എന്നോടു പറഞ്ഞത്? ഞാൻ കിണറ്റിൻകരയിൽച്ചെന്നു നോക്കട്ടെ. കിണർ എന്നോടു സത്യം പറയും."

അവൻ ഓടി കിണറ്റിൻ കരയിലെത്തി, കിണറ്റിലേക്കുനോക്കി. കഷ്ടം! അവന്റെ മുഖം അണലിപ്പാമ്പിന്റെ മുഖംപോലെ; അവന്റെ ശരീരമാകട്ടെ ചൊറിത്തവളയുടേതുപോലെയും. അവൻ മണ്ണിൽവീണു പൊട്ടിക്കരഞ്ഞു.

"ഇത് ഞാൻ ചെയ്ത പാപത്തിന്റെ ഫലമാണ്. ഞാൻ എന്റെ അമ്മയെ അധിക്ഷേപിച്ചു, ധിക്കരിച്ചു, ആട്ടിയോടിച്ചു, അഹങ്കാരത്തോടെ അവരോടു ക്രൂരമായി പെരുമാറി. അമ്മയെ തിരക്കി ഞാൻ പോകും. ഈ ലോകത്തിൽ എവിടെയാണെങ്കിലും ഞാൻ എന്റെ അമ്മയെ കണ്ടുപിടിക്കും. അമ്മയെ കണ്ടെത്തുംവരെ എനിക്കിനി വിശ്രമമില്ല." നക്ഷത്രക്കുഞ്ഞ് സ്വയം പറഞ്ഞു.

മരംവെട്ടുകാരന്റെ ഇളയമകൾ അവിടെ എത്തി. അവന്റെ തോളിൽ കൈയിട്ടുകൊണ്ട് അവൾ പറഞ്ഞു:

"സൗന്ദര്യം നഷ്ടപ്പെട്ടു എന്നു വിചാരിച്ചു നീ വിഷമിക്കേണ്ട. നീ ഞങ്ങളുടെ കൂടെ താമസിച്ചാൽ മതി. ഞാൻ ഒരിക്കലും നിന്നെ കളിയാക്കില്ല."

നക്ഷത്രക്കുഞ്ഞു പറഞ്ഞു : "അമ്മയോടു കാണിച്ച ക്രൂരതയ്ക്കുള്ള ശിക്ഷയാണ് ഈ വൈകൃതം. അതുകൊണ്ട് അമ്മയെ തിരഞ്ഞുപിടിച്ച് ഞാൻ ക്ഷമ ചോദിക്കുകതന്നെ വേണം."

പറഞ്ഞുതീരുന്നതിനൊപ്പം അവൻ വനത്തിലേക്ക് പാഞ്ഞു. അവൻ "അമ്മേ... അമ്മേ..." എന്നു വിളിക്കുന്നുണ്ടായിരുന്നു. അവന് മറുപടിയൊന്നും ലഭിച്ചില്ല. ഒരു പകൽ മുഴുവൻ അവൻ വനത്തിൽ അമ്മയെ വിളിച്ചു നടന്നു. സൂര്യൻ അസ്തമിച്ചു. അവൻ ഇലകളുടെ മെത്തയിൽ കിടന്നുറങ്ങി. പക്ഷികളും മൃഗങ്ങളും അവനിൽനിന്ന് അകന്നുപോയി. അവൻ കാട്ടിയ ക്രൂരത അവയ്ക്ക് ഓർമ്മയുണ്ടായിരുന്നു. അണലിപ്പാമ്പും ചൊറിത്തവളയുംപോലും അവനെ സമീപിച്ചില്ല.

നേരം വെളുത്തു. അവൻ എഴുന്നേറ്റു. മരത്തിൽനിന്ന് കയ്പുള്ള കനികൾ അവൻ പറിച്ചുതിന്നു. ഘോരവനത്തിലൂടെ അവൻ കരഞ്ഞുകൊണ്ടു നടന്നു. 'എന്റെ അമ്മയെ കണ്ടോ' എന്ന് കണ്ടതിനോടെല്ലാം അവൻ അന്വേഷിച്ചു.

അവൻ തുരപ്പനെലിയോടു ചോദിച്ചു:

"നീ ഭൂമിക്കടിയിൽ പോകുന്നവനല്ലേ, അവിടെയെങ്ങാനും എന്റെ അമ്മയെ കണ്ടോ?"

എലി തിരിച്ചു ചോദിച്ചു:

"നീ എന്റെ കണ്ണു കുത്തിപ്പൊട്ടിച്ചില്ലേ, പിന്നെങ്ങനെയാണു ഞാൻ കാണുക?"

അവൻ പച്ചത്തത്തയോടു ചോദിച്ചു:

"എല്ലാ മരങ്ങൾക്കും മീതെ പറക്കുന്നവനും ലോകം മുഴുവൻ കാണുന്നവനുമല്ലേ, പറയൂ, നീ എന്റെ അമ്മയെ കണ്ടോ?"

തത്ത പറഞ്ഞു: "നീ എന്റെ ചിറകുകൾ നുറുക്കിയില്ലേ, നിന്റെ സന്തോഷത്തിനുവേണ്ടി. ഞാനെങ്ങനെ പറക്കും?"

ഫിർ മരത്തിലിരുന്ന അണ്ണാനെ കണ്ടപ്പോൾ കുട്ടി ചോദിച്ചു: "എന്റെ അമ്മ എവിടെ?"

അണ്ണാൻ പറഞ്ഞു: "നീ എന്നെ കൊല്ലാൻ വന്നവനല്ലേ? അതുകൊണ്ട് ഞാനും നിന്നെ കൊല്ലാനാഗ്രഹിക്കുന്നു."

നക്ഷത്രക്കുഞ്ഞ് പൊട്ടിക്കരഞ്ഞു. ദൈവത്തിന്റെ സൃഷ്ടികളോട് അവൻ തലകുനിച്ചു മാപ്പിരന്നു.

യാചകിയായ അമ്മയെത്തേടി അവൻ വനത്തിലൂടെ നടത്തം തുടർന്നു. മൂന്നാംദിവസം വനത്തിന്റെ അങ്ങേ അതിർത്തിയിൽ അവൻ എത്തി. താഴ്വരയിലേക്ക് അവൻ നടന്നു.

താഴ്വരയിലെ ഗ്രാമങ്ങളിലൂടെ അവൻ നടന്നപ്പോൾ കുട്ടികൾ വികൃതരൂപിയായ അവനെ പരിഹസിക്കുകയും കല്ലെറിയുകയും ചെയ്തു. കന്നുകാലികൾ, തങ്ങളുടെ കൊമ്പുകളിൽ പുഴുക്കുത്തു വരുമോ എന്ന് ഭയന്ന് അവനെ തൊഴുത്തിനടുത്തുപോലും വരാൻ സമ്മതിച്ചില്ല. എല്ലാവരും അവനെ ആട്ടിയോടിക്കുകമാത്രം ചെയ്തു. ആർക്കും ദയ തോന്നാത്തവിധമായിരുന്നു അവന്റെ രൂപവും ഭാവവും.

നക്ഷത്രക്കുഞ്ഞ് വിരൂപവേഷവുമായി അമ്മയെത്തിരഞ്ഞു നടന്നത് മൂന്നു വർഷമാണ്. ചിലപ്പോൾ മുൻപിൽ അവരെ കണ്ടെന്നുതോന്നും. പക്ഷേ, വിളിക്കുമ്പോഴേക്കും അവർ ഓടിമറഞ്ഞുകളയും. ഓടി ഓടി അവന്റെ കാലുകൾ പൊട്ടി രക്തം ഒലിക്കാൻ തുടങ്ങി. അവന് ഒരിക്കൽപ്പോലും അമ്മയുടെ സമീപത്തോ മുൻപിലോ എത്താൻ സാധിച്ചില്ല. വഴിയിൽ താമസിക്കുന്നവരോട് അവൻ അമ്മയെപ്പറ്റി ചോദിച്ചപ്പോൾ, അവർ അവരെ കണ്ടകാര്യം നിരസിച്ചില്ല. അവർ അവന്റെ സങ്കടത്തെ കളിയാക്കി.

മൂന്നുവർഷംകൊണ്ട് അവൻ ലോകം മുഴുവൻ ചുറ്റിക്കറങ്ങി. ലോകത്തിലാർക്കും അവനോട് സ്നേഹമോ ദയയോ വാത്സല്യമോ ഉണ്ടായില്ല. കാരണം, ഐശ്വര്യമുള്ള കാലത്ത് അങ്ങനെയൊരു ലോകത്തെയാണ് അവൻ സൃഷ്ടിച്ചത്.

നടന്നുനടന്ന് ഒരു ദിവസം, നദിക്കരയിൽ, കനത്ത കോട്ടയ്ക്കകത്തുള്ള നഗരത്തിന്റെ വാതില്ക്കലെത്തി. നടന്നുതളർന്നും കാലുകൾ പൊട്ടിയും അവശനായ അവൻ നഗരത്തിനുള്ളിലേക്കു പ്രവേശിക്കാൻ ആഗ്രഹിച്ചു. കാവൽ നില്ക്കുന്ന പട്ടാളക്കാർ പ്രവേശനകവാടത്തിൽ കുന്തം താഴ്ത്തി അവനെ തടഞ്ഞുകൊണ്ട് ദേഷ്യത്തിൽ ചോദിച്ചു: "നഗരത്തിൽ നിനക്കെന്തു കാര്യം?"

"ഞാൻ അമ്മയെ അന്വേഷിച്ചു വന്നതാണ്. അമ്മ ഇവിടെക്കാണുമെന്ന് കരുതുന്നു. ദയവായി അവിടേക്കു പോകാൻ എന്നെ അനുവദിച്ചാലും." അവൻ അപേക്ഷിച്ചു.

അവർ അവനെ കളിയാക്കി. അവരിലൊരാൾ മീശപിരിച്ചുകാട്ടി. പരിച അവനുനേരെ പിടിച്ചുകൊണ്ട് അയാൾ ആക്രോശിച്ചു: "സത്യം പറയാം. നിന്റെ അമ്മ നിന്നെ കണ്ടാൽ ഒരു ദയയും കാണിക്കില്ല. കുറ്റിക്കാട്ടിലെ അണലിപ്പാമ്പിനേക്കാൾ അഥവാ ചതുപ്പുനിലത്തിലെ ചൊറിയൻ തവളയേക്കാൾ വൃത്തികെട്ടവനും നീചനുമാണു നീ. പോകൂ ഇവിടെനിന്ന്, പോ... നിന്റെയമ്മ ഈ നഗരത്തിലൊന്നുമില്ല."

കാവൽ ഭടന്മാരിൽ അപരൻ ചോദിച്ചു: "ആരാണു നിന്റെ അമ്മ. എന്തിനാണു നീ അവരെ തിരയുന്നത്?"

അവൻ മറുപടി പറഞ്ഞു: "എന്റെ അമ്മ ഒരു യാചകിയാണ്, എന്നെപ്പോലെ. ഞാൻ അവരോടു വളരെ നികൃഷ്ടമായി പെരുമാറി. അമ്മ ഇവിടെ അലയുന്നുണ്ടാകും. ഞാൻ കണ്ടു മാപ്പു ചോദിച്ചാൽ അമ്മ

എന്നോടു ക്ഷമിക്കും. ഞാൻ താഴ്മയായി അപേക്ഷിക്കുന്നു, നഗരത്തിലേക്കു പോകാൻ എന്നെ അനുവദിക്കണം."

അവർ പ്രവേശനം അനുവദിച്ചില്ല, കുന്തംകൊണ്ട് അവർ വഴി തടഞ്ഞു നിന്നു.

കരഞ്ഞുകൊണ്ട് അവൻ തിരിയാൻ തുടങ്ങിയപ്പോൾ, തിളങ്ങുന്ന പൂക്കൾ കൊത്തിവച്ചിട്ടുള്ള ഉരുക്കുകവചം അണിഞ്ഞ, ചിറകുകളുള്ള സിംഹത്തിന്റെ രൂപം ആലേഖനം ചെയ്ത തൊപ്പിവച്ച ഒരാൾ വന്ന്, നഗരത്തിലേക്കുള്ള പ്രവേശനം കാംക്ഷിച്ചുവന്നത് ആരാണെന്നും എന്തിനാണെന്നും പട്ടാളക്കാരോടു തിരക്കി.

"അവൻ ഒരു യാചകനാണ്, ഒരു യാചകിയുടെ മകനാണ്. അവനെ ഞങ്ങൾ ഓടിച്ചുവിട്ടു." അവർ പറഞ്ഞു.

"ശരിയായില്ല." അയാൾ ചിരിച്ചുകൊണ്ടു പറഞ്ഞു: "നമുക്കവനെ അടിമയായി വില്ക്കാമായിരുന്നു. ഒരു പാത്രം നല്ല വീഞ്ഞിനുള്ള തുക കിട്ടിയേനേ."

അപ്പോൾ അതുവഴി കടന്നുവന്ന, ദുഷ്ടന്റെ മുഖലക്ഷണമുള്ള ഒരു വൃദ്ധൻ പറഞ്ഞു: "ആ വിലയ്ക്ക് ഞാൻ അവനെ മേടിക്കാം."

അയാൾ ഉടൻതന്നെ പണം കൊടുത്ത് നക്ഷത്രക്കുഞ്ഞിന്റെ കൈയിൽപ്പിടിച്ച് നഗരത്തിലേക്കു കൂട്ടിക്കൊണ്ടുപോയി.

നഗരത്തിലെ പല വഴികളിലൂടെ നടന്നശേഷം, മാതളനാരകം വളർന്നുപടർന്നു മറച്ചിരിക്കുന്ന മതിലിലുള്ള ചെറിയ വാതിലിന്റെ മുൻപിൽ അവർ എത്തി. സൂര്യകാന്തക്കല്ലു രാകിമിനുക്കിയുണ്ടാക്കിയ വളയം കൊണ്ട് അയാൾ വാതിലിൽ തൊട്ടപ്പോൾ അതു തുറന്നു. അഞ്ചു പിച്ചളപ്പടികൾ ഇറങ്ങി അവർ ചെറിയൊരു ഉദ്യാനത്തിലെത്തി. അവിടെ കറുത്ത നിറമുള്ള അവീൻ ചെടികൾ ഉണ്ടായിരുന്നു. കളിമണ്ണിൽ ചുട്ടെടുത്ത പച്ച ജാറുകളും നിരന്നിരിക്കുന്നു.

വൃദ്ധൻ തലപ്പാവെടുത്ത് അതിൽ നിന്ന് സിൽക്കിന്റെ പുള്ളികളുള്ള ഒരു സ്കാർഫ് എടുത്ത് നക്ഷത്രക്കുഞ്ഞിന്റെ കണ്ണുകെട്ടി. അവനെ പിടിച്ചുകൊണ്ട് മുൻപിൽ നടത്തി. കെട്ടഴിക്കുമ്പോൾ അവൻ ഒരു ഇരുട്ടറയിലായിരുന്നു. കൊമ്പുകൊണ്ടു നിർമ്മിച്ച ഒരു വിളക്ക് അവിടെ കത്തുന്നുണ്ടായിരുന്നു.

വൃദ്ധൻ അവന്റെ മുൻപിൽ നിലത്തുള്ള കുഴിയിൽ പൂപ്പൽ പിടിച്ച റൊട്ടി ഇട്ടുകൊടുത്തിട്ട് 'കഴിക്ക്' എന്നും ഒരു കപ്പിൽ കറുത്തിരുണ്ട വെള്ളം കൊടുത്തിട്ട് 'കുടിക്ക്' എന്നും പറഞ്ഞു.

അവന്റെ ഭക്ഷണം കഴിഞ്ഞപ്പോൾ വൃദ്ധൻ മുറിക്കു പുറത്തിറങ്ങി വാതിലടച്ച് ഇരുമ്പുചങ്ങലയിട്ടു പൂട്ടി.

നൈൽ നദിയുടെ തീരത്തു താമസിച്ചിരുന്ന ഒരു മഹാമാന്ത്രികനിൽനിന്ന് നിഗൂഢമായ ഇന്ദ്രജാലം പഠിച്ച ലിബിയക്കാരനായ മാന്ത്രികനായിരുന്നു ആ വൃദ്ധൻ.

നേരം വെളുത്തു. മാന്ത്രികൻ ഇരുട്ടറയുടെ കതകു തുറന്നു. അകത്തുകടന്ന് നക്ഷത്രക്കുഞ്ഞിനെ തുറിച്ച് നോക്കിയിട്ട് ഇങ്ങനെ പറഞ്ഞു: "ഈ ഗിയോഴ്സ് നഗരത്തിന്റെ വാതിലിനടുത്തായി ഒരു വനമുണ്ട്. ആ വനത്തിൽ മൂന്നു സ്വർണ്ണക്കട്ടിയുണ്ട്. ഒന്ന് വെളുത്ത സ്വർണ്ണം, മറ്റൊന്ന് മഞ്ഞ സ്വർണ്ണം, ഇനിയൊന്ന് ചെമന്ന സ്വർണ്ണം. ഇന്ന് നീ പോയി ആ വെളുത്ത സ്വർണ്ണക്കട്ടി കണ്ടെത്തി എടുത്തുകൊണ്ടുവരണം. കൊണ്ടുവന്നില്ല എങ്കിൽ നിനക്കു ഞാൻ നൂറ് അടി തരും. വേഗം പോകൂ. വൈകുന്നേരം നിന്നെയും കാത്ത് ഞാൻ ഉദ്യാനത്തിന്റെ വാതില്ക്കൽ ഉണ്ടാകും. നീ എന്റെ അടിമയാണ്. ഒരു പാത്രം നല്ല വീഞ്ഞിന്റെ വില നല്കിയാണ് ഞാൻ നിന്നെ സ്വന്തമാക്കിയത്. പോ... വെളുത്ത സ്വർണ്ണക്കട്ടിയുമായി വന്നില്ലെങ്കിൽ നിന്റെ കാലക്കേടാണ്. പൊക്കോ."

മാന്ത്രികൻ പുള്ളികളുള്ള സിൽക്ക് സ്കാർഫുകൊണ്ട് അവന്റെ കണ്ണുകെട്ടി. അവനെ പിടിച്ചുകൊണ്ട് മുൻപിൽ നടത്തി. ഉദ്യാനത്തിലൂടെ നടന്ന് അഞ്ച് പിച്ചളപ്പടികളും കയറിക്കഴിഞ്ഞ് വാതിൽ തുറന്ന് അവന്റെ കെട്ടഴിച്ച് തെരുവിൽ ഇറക്കിവിട്ടു.

നക്ഷത്രക്കുഞ്ഞ് നഗരവാതിലിലൂടെ പുറത്തുകടന്നു. മാന്ത്രികൻ നിർദ്ദേശിച്ച വഴിയിലൂടെ നടന്ന് അവൻ വനത്തിലെത്തി.

സുഗന്ധപുഷ്പങ്ങളും പാട്ടുപാടുന്ന പറവകളും കൊണ്ടുനിറഞ്ഞ സുന്ദരമായ വനത്തിലേക്ക് അവൻ സന്തോഷത്തോടെ പ്രവേശിച്ചു. എന്നാൽ ആ സൗന്ദര്യം ബാഹ്യമാത്രമായിരുന്നു. പനിനീർച്ചെടിയുടെ കൂർത്ത മുള്ളുകൾ അവന്റെ കാലിൽ തറച്ചുകയറാൻ തുടങ്ങി. ചൊറിയണത്തിന്റെ കടി അസഹ്യമായി. കാരമുൾച്ചെടിയിലെ കഠാരപോലുള്ള മുള്ളുകൾ അവന്റെ ദേഹത്തു കുത്തിക്കയറി. ആകെക്കൂടി അവൻ ദുരിതത്തിലായി. മാന്ത്രികൻ പറഞ്ഞ സ്വർണ്ണക്കട്ടി തേടിത്തേടി നടന്നു നേരം സന്ധ്യയാകുന്നു. ഇതുവരെ അതു കിട്ടിയില്ല. സ്വർണ്ണക്കട്ടിയില്ലാതെ തിരിച്ചു ചെന്നാലത്തെ അവസ്ഥയോർത്ത് അവൻ പൊട്ടിക്കരഞ്ഞു.

നടന്നുനടന്ന് വനത്തിന്റെ മറുഭാഗമെത്താറായപ്പോൾ പിന്നിൽ അടുത്ത കുറ്റിക്കാട്ടിൽ നിന്ന്, ആരോ വേദനമൂലം കരയുന്നത് അവൻ കേട്ടു. സ്വന്തം വേദന മറന്ന് കരച്ചിൽ കേട്ട ഭാഗത്തേക്ക് അവൻ കുതിച്ചെത്തി. ഏതോ വേട്ടക്കാരൻ വച്ച കെണിയിൽപ്പെട്ടു പിടയുന്ന മുയലിനെ അവൻ കണ്ടു.

നക്ഷത്രക്കുഞ്ഞിന് മുയലിനോടു ദയ തോന്നി. അവൻ അതിനെ കെണിയിൽനിന്ന് രക്ഷപ്പെടുത്തി. അവൻ മുയലിനോടു പറഞ്ഞു: "ഞാൻ ഒരു അടിമ. ഞാൻ നിന്റെ സ്വാതന്ത്ര്യം നിനക്കു തരുന്നു."

മുയൽ മറുപടിയായി പറഞ്ഞു: "തീർച്ചയായും, നീ എനിക്കു സ്വാതന്ത്ര്യം തന്നു. തിരിച്ചു ഞാൻ എന്താണ് നല്കേണ്ടത്?"

നക്ഷത്രക്കുഞ്ഞു പറഞ്ഞു: "ഞാൻ ഒരു വെളുത്ത സ്വർണ്ണക്കട്ടി അന്വേഷിച്ചു നടക്കുകയാണ്. അതു കണ്ടുപിടിച്ചു കൊടുത്തില്ലെങ്കിൽ എന്റെ മാസ്റ്റർ എന്നെ തല്ലും."

“നീ എന്റെ കൂടെ വരിക.” മുയൽ പറഞ്ഞു: “ഞാൻ അതു നിനക്കു കാണിച്ചുതരാം. എവിടെയാണ്, എന്തിനാണ് അത് ഒളിപ്പിച്ചുവച്ചിരിക്കുന്നത് എന്ന് എനിക്കറിയാം.”

മുയലിനോടൊപ്പം നക്ഷത്രക്കുഞ്ഞു നടന്നു. ഓക്കുമരത്തിന്റെ പൊത്തിലിരിക്കുന്ന വെളുത്ത സ്വർണ്ണക്കട്ടി മുയൽ കാണിച്ചുകൊടുത്തു. അവൻ സന്തോഷത്തോടുകൂടി അതെടുത്തു. എന്നിട്ട് മുയലിനോട് ഇങ്ങനെ പറഞ്ഞു: “ഞാൻ നിന്നോടു കാണിച്ച ദയ നീ എനിക്ക് നൂറു മടങ്ങായി തിരിച്ചുതന്നിരിക്കുന്നു.”

മുയൽ പറഞ്ഞു: “എന്നോടു നീ എങ്ങനെയായിരുന്നോ അങ്ങനെ ഞാൻ നിന്നോടും ചെയ്തു. അത്രതന്നെ.”

മുയൽ ചാടി ദൂരേക്കു പാഞ്ഞു.

നക്ഷത്രക്കുഞ്ഞ് നഗരം ലക്ഷ്യമാക്കി വേഗത്തിൽ നടന്നു.

നഗരവാതിലിൽ ഒരു കുഷ്ഠരോഗി ഇരിക്കുന്നുണ്ടായിരുന്നു. അയാൾ തന്റെ മുഖം മാത്രം കാണുന്നവിധം ഇരുണ്ട ലിനൻ തുണി തലയിൽ ഇട്ടിരുന്നു. കണ്ണുകൾ കരിക്കനൽപോലെ തിളങ്ങിയിരുന്നു. നക്ഷത്രക്കുഞ്ഞിനെ കണ്ട ഉടൻ അയാൾ തന്റെ പക്കലുള്ള തടിപ്പാത്രത്തിൽ തട്ടിയും മണികിലുക്കിയും ശ്രദ്ധയാകർഷിച്ചുകൊണ്ട് ഇങ്ങനെ പറഞ്ഞു: “എനിക്കൊരു പണം തരണേ. അല്ലെങ്കിൽ ഞാൻ വിശപ്പുകൊണ്ടു ചത്തുപോകും. അവർ എന്നെ നഗരത്തിൽനിന്ന് അടിച്ചു പുറത്താക്കി. എന്നോടാർക്കും ദയയില്ലാതായിരിക്കുന്നു.”

“കഷ്ടം!” നക്ഷത്രക്കുഞ്ഞു പറഞ്ഞു: “എന്റെ കൈയിൽ ഒരു വെള്ള സ്വർണ്ണക്കട്ടി മാത്രമേ ഉള്ളൂ. അത് എന്റെ മാസ്റ്റർക്കു കൊടുത്തില്ലെങ്കിൽ അയാൾ എന്നെ അടിക്കും. ഞാൻ അയാളുടെ അടിമയാണ്.”

കുഷ്ഠരോഗി അവന്റെ നേരേ കൈയും നീട്ടി യാചിച്ചുകൊണ്ടിരുന്നു. ഒടുവിൽ അവന് ദയ തോന്നി. കൈയിലുള്ള വെളുത്ത സ്വർണ്ണക്കട്ടി അവൻ അയാൾക്കു കൊടുത്തു.

നക്ഷത്രക്കുഞ്ഞ് മാന്ത്രികന്റെ വീട്ടിൽ എത്തി. മാന്ത്രികൻ വാതിൽ തുറന്നുകൊണ്ടു ചോദിച്ചു: “എവിടെ വെളുത്ത സ്വർണ്ണക്കട്ടി?”

നക്ഷത്രക്കുഞ്ഞ് പറഞ്ഞു: “എന്റെ കൈയിലില്ല.”

മാന്ത്രികൻ അവന്റെ മേൽ ചാടിവീണു പ്രഹരം തുടങ്ങി. അടികഴിഞ്ഞ് കാലിയായ കുഴി കാണിച്ച് ‘തിന്ന്’ എന്നും കാലിക്കപ്പ് കാണിച്ച് ‘കുടിക്ക്’ എന്നും പറഞ്ഞു. അവനെ ഇരുട്ടറയിലിട്ടു പൂട്ടി.

രാവിലെ മാന്ത്രികൻ അവന്റെ അടുത്തുവന്നു. “ഇന്നു നീ മഞ്ഞ സ്വർണ്ണക്കട്ടി കൊണ്ടുവന്നില്ലെങ്കിൽ, തീർച്ചയായും നിന്നെ അടിമയാക്കി വച്ച് മുന്നൂറ് അടി ഞാൻ തരും.”

നക്ഷത്രക്കുഞ്ഞ് വനത്തിലേക്കു യാത്രയായി. വനത്തിലെമ്പാടും മഞ്ഞ സ്വർണ്ണക്കട്ടി തിരഞ്ഞ് അവൻ നടന്നു വലഞ്ഞു. സന്ധ്യയായപ്പോൾ അവൻ ഒരിടത്തിരുന്നു കരയാൻ തുടങ്ങി. കരച്ചിൽ കേട്ട്, അവൻ കെണിയിൽനിന്നും രക്ഷപ്പെടുത്തിയ മുയൽ അവിടെ എത്തി.

മുയൽ അവനോടു ചോദിച്ചു: "എന്തിനാണു കരയുന്നത്? നീ വനത്തിൽ എന്താണു തിരയുന്നത്?"

നക്ഷത്രക്കുഞ്ഞ് ഇങ്ങനെ മറുപടി പറഞ്ഞു: "ഞാൻ ഒരു മഞ്ഞ സ്വർണ്ണക്കട്ടി തിരയുകയാണ്. അതുകൊണ്ടു ചെന്നില്ലെങ്കിൽ എന്റെ മാസ്റ്റർ എന്നെ അടിമയാക്കിവച്ച് മുന്നൂറ് അടി തരും."

"എന്റെ കൂടെ വരൂ." മുയൽ പറഞ്ഞു. മുൻപേ ഓടിപ്പോകുന്ന മുയലിനു പിൻപേ അവനും ഓടി. ഒരു കുളത്തിനരികെ ചെന്ന് മുയൽ നിന്നു. ആ കുളത്തിന്റെ അടിത്തട്ടിൽ മഞ്ഞ സ്വർണ്ണക്കട്ടി കിടപ്പുണ്ടെന്ന് മുയൽ അവനോടു പറഞ്ഞു.

"ഞാൻ നിന്നോടെങ്ങനെ നന്ദി പറയും? ഇതു രണ്ടാം തവണയാണ് നീ എന്നെ രക്ഷിക്കുന്നത്." അവൻ മുയലിനോടു പറഞ്ഞു.

"നീ അല്ലേ ആദ്യം എന്നോടു ദയ കാട്ടിയത്." മുയൽ ഇതു പറഞ്ഞിട്ട് ഓടിപ്പോയി.

നക്ഷത്രക്കുഞ്ഞ് കുളത്തിലിറങ്ങി മുങ്ങിത്തപ്പി മഞ്ഞ സ്വർണ്ണക്കട്ടി എടുത്തു. അവൻ അതുംകൊണ്ട് നഗരത്തിലേക്കു പാഞ്ഞു.

നഗരവാതിലിൽ ഇരിക്കുന്ന കുഷ്ഠരോഗി അവനെക്കണ്ട് ഓടി അടുത്തുചെന്ന് കരഞ്ഞു യാചിച്ചു.

"ഒരു പണം എനിക്കു തരിക. ഇല്ലെങ്കിൽ ഞാൻ വിശന്നു ചാകും."

"എന്റെ കൈയിൽ ഒരു മഞ്ഞ സ്വർണ്ണക്കട്ടി മാത്രമേ ഉള്ളൂ. അത് കൊടുത്തില്ലെങ്കിൽ എന്റെ മാസ്റ്റർ എന്നെ അടിമയാക്കിവച്ചു മുന്നൂറ് അടി തരും."

കുഷ്ഠരോഗി യാചന തുടർന്നു. ഒടുവിൽ അവന് ദയ തോന്നി. മഞ്ഞ സ്വർണ്ണക്കട്ടി അയാൾക്കു കൊടുത്തു.

മാന്ത്രികന്റെ വീട്ടിൽ നക്ഷത്രക്കുഞ്ഞ് എത്തി.

മാന്ത്രികൻ ചോദിച്ചു: "മഞ്ഞ സ്വർണ്ണക്കട്ടി എവിടെ?"

"എന്റെ കൈയിലില്ല." അവൻ പറഞ്ഞു.

മാന്ത്രികൻ അവന്റെ മേൽ ചാടിവീണു പ്രഹരം തുടങ്ങി. ഒടുവിൽ ഇരുട്ടറയിൽ ഇട്ടു പൂട്ടി.

അടുത്ത പ്രഭാതത്തിൽ മാന്ത്രികൻ അവന്റെ അടുത്തെത്തി, ഇങ്ങനെ പറഞ്ഞു: "ഇന്നു നീ ചെമന്ന സ്വർണ്ണക്കട്ടി കൊണ്ടുവന്നില്ലെങ്കിൽ നിന്നെ ഞാൻ കൊല്ലും."

നക്ഷത്രക്കുഞ്ഞ് വനത്തിലേക്കു പോയി. പകൽ മുഴുവൻ ചെമന്ന സ്വർണ്ണക്കട്ടി തിരഞ്ഞു നടന്നു നിരാശനായി ഒരിടത്തിരുന്നു കരഞ്ഞു. കരച്ചിൽ കേട്ട്, മുയൽ അവിടെ ഓടിയെത്തി, ഇങ്ങനെ പറഞ്ഞു: "നീ തിരയുന്ന ചെമന്ന സ്വർണ്ണക്കട്ടി നിന്റെ പിന്നിലുള്ള ഗുഹയിലുണ്ട്. അതുകൊണ്ട് നീ കരയണ്ടാ."

"ഞാൻ എന്തു പ്രതിഫലമാണ് നിനക്കു തരിക? ഇതു മൂന്നാമത്തെ തവണയാണ് നീ എന്നെ രക്ഷിക്കുന്നത്."

"നീയാണ് ആദ്യം എന്നോടു ദയ കാട്ടിയത്." മുയൽ ഓടിപ്പോയി.

നക്ഷത്രക്കുഞ്ഞ് ഗുഹയിൽ പ്രവേശിച്ചു. അതിന്റെ അങ്ങേ അറ്റത്തെ മൂലയിൽ നിന്ന് ചെമന്ന സ്വർണ്ണക്കട്ടി അവൻ എടുത്തു. അവൻ നഗരത്തിലേക്കു പാഞ്ഞു.

അവൻ വരുന്നതുകണ്ട് റോഡിന്റെ മദ്ധ്യത്തിൽ നിന്ന കുഷ്ഠരോഗി "ചെമന്ന സ്വർണ്ണക്കട്ടി എനിക്കു തരൂ. അല്ലെങ്കിൽ ഞാൻ ചാകും." എന്നു പറഞ്ഞു.

നക്ഷത്രക്കുഞ്ഞിന് കുഷ്ഠരോഗിയോട് വീണ്ടും ദയ തോന്നി. സ്വർണ്ണക്കട്ടി അയാൾക്കു കൊടുത്തുകൊണ്ടു പറഞ്ഞു: "നിങ്ങളുടെ ആവശ്യമാണ് എന്റെ ആവശ്യത്തേക്കാൾ വലുത്." എങ്കിലും മാന്ത്രികന്റെ അടുത്തെത്തുമ്പോൾ ഉണ്ടാകാവുന്ന ആപത്തോർത്ത് അവന് ഹൃദയഭാരം കൂടിയിരുന്നു.

നഗരവാതിലിൽ എത്തിയപ്പോൾ അത്ഭുതം! കാവൽഭടന്മാർ തല കുനിച്ച് സ്വാഗതം ചെയ്തുകൊണ്ട് പറയുന്നു: "നമ്മുടെ പ്രഭു എത്ര സുന്ദരനായിരിക്കുന്നു."

ഒരു കൂട്ടം പൗരന്മാർ ഉറക്കെ പറഞ്ഞു: "തീർച്ചയായും ഇതിലും സുന്ദരൻ ലോകത്തിൽ വേറെയില്ല."

നക്ഷത്രക്കുഞ്ഞു കരഞ്ഞുകൊണ്ട് സ്വയം പറഞ്ഞു: "നിങ്ങൾ എന്നെ കളിയാക്കുകയാണ്. എന്റെ ദുരന്തത്തെ നിസ്സാരവല്ക്കരിക്കുകയാണ്."

ജനസമുദ്രമായിരുന്നു നഗരിയിൽ. അവന് വഴികൾ വ്യക്തമാകാതെ വന്നു. രാജകൊട്ടാരമിരിക്കുന്ന വലിയ ചത്വരത്തിലാണ് അവൻ വഴിതെറ്റി എത്തിയത്.

കൊട്ടാരവാതിൽ തുറന്നു. പുരോഹിതന്മാരും ഉയർന്ന ഉദ്യോഗസ്ഥരും നക്ഷത്രക്കുഞ്ഞിന്റെ അടുക്കലേക്കു വേഗത്തിൽ നടന്നുവന്നു. അവർ അവനെ വണങ്ങിനിന്നു.

ഒരാൾ പറഞ്ഞു: "അങ്ങ് ഞങ്ങളുടെ രാജാവിന്റെ മകനാണ്. അങ്ങാണ് ഞങ്ങളുടെ പ്രഭു. ഞങ്ങൾ അങ്ങയുടെ വരവു കാത്തിരിക്കുകയായിരുന്നു."

നക്ഷത്രക്കുഞ്ഞ് മറുപടിയായി പറഞ്ഞു: "ഞാൻ രാജാവിന്റെ മകനല്ല, മറിച്ച് ഒരു യാചകിയുടെ മകനാണ്. ഞാൻ സുന്ദരനാണെന്ന് നിങ്ങൾക്കെങ്ങനെ പറയാൻ സാധിക്കും, ഞാനൊരു വികൃതരൂപി ആണെന്ന് എനിക്കറിയാം."

തിളങ്ങുന്ന പൂക്കൾ കൊത്തിവച്ചിട്ടുള്ള ഉരുക്കുകവചം അണിഞ്ഞ, ചിറകുകളുള്ള സിംഹത്തിന്റെ രൂപം ആലേഖനം ചെയ്ത തൊപ്പിവച്ച ആൾ വന്ന് ഒരു കണ്ണാടി ഉയർത്തിക്കൊണ്ടു പറഞ്ഞു: "പ്രഭുവിന് താൻ സുന്ദരനല്ലെന്ന് എങ്ങനെ പറയാൻ കഴിയുന്നു?"

നക്ഷത്രക്കുഞ്ഞു കണ്ണാടി നോക്കി. 'എന്ത്? താൻ പഴയതുപോലെ സുന്ദരനായിരിക്കുന്നു. തന്റെ കണ്ണുകളിലെ തിളക്കം വീണ്ടുകിട്ടിയിരിക്കുന്നു.' അവൻ സ്വയം പറഞ്ഞു.

പുരോഹിതന്മാരും ഉന്നതോദ്യോഗസ്ഥരും തലകുമ്പിട്ടുനിന്ന് നക്ഷത്രക്കുഞ്ഞിനോടു പറഞ്ഞു: "മുൻപ് ഒരു പ്രവചനം ഉണ്ടായിരുന്നു, ഞങ്ങളെ ഭരിക്കേണ്ടവൻ ഇന്ന് ഇവിടെ എത്തുമെന്ന്. അതിനാൽ ഞങ്ങളുടെ പ്രഭു കിരീടവും ചെങ്കോലും ധരിച്ച് ഞങ്ങളുടെ രാജാവായി അഭിഷിക്തനായാലും."

നക്ഷത്രക്കുഞ്ഞ് അവരോടു പറഞ്ഞു: "ഞാൻ അതിനു യോഗ്യനല്ല. ഞാൻ അമ്മയെ തിരസ്കരിച്ചവനാണ്. അമ്മയെ കണ്ടെത്തുംവരെ എനിക്ക് വിശ്രമമില്ല. എനിക്കമ്മയെ കണ്ട് മാപ്പ് ചോദിക്കണം. അതുകൊണ്ട് എന്നെ പോകാൻ അനുവദിക്കുക. നിങ്ങൾ നീട്ടുന്ന കിരീടവും ചെങ്കോലും ഏറ്റുവാങ്ങി ഇവിടെ കഴിയാൻ എനിക്കാവുന്നില്ല. ഞാൻ അമ്മയെത്തേടി ലോകം മുഴുവൻ അലയാൻ ഇറങ്ങിത്തിരിച്ചവനാണ്."

ഇതു പറയുന്നതിനിടയിൽ നഗരവാതിലിലേക്കുപോകുന്ന തെരുവിലേക്ക് അവൻ ഒന്നു നോക്കി. അത്ഭുതം! ജനസമുദ്രത്തിൽ പട്ടാളക്കാർ തീർത്ത വളയത്തിനുള്ളിൽ യാചകിയായ തന്റെ അമ്മ, ഒപ്പം ആ കുഷ്ഠരോഗിയും.

അവന്റെ ചുണ്ടിൽനിന്ന് ആഹ്ലാദത്തിന്റെ നിലവിളി ഉയർന്നു. അവൻ അവരുടെ അടുക്കലേക്ക് ഓടി. അവൻ അവരുടെ അടുത്തെത്തി കുനിഞ്ഞിരുന്ന് അമ്മയുടെ കാലിലെ മുറിവിൽ ഉമ്മവച്ചു. കണ്ണീരുകൊണ്ട് അവൻ ആ പാദങ്ങൾ കഴുകി.

മണ്ണിൽ തൊടുമാറ് തലകുനിച്ച് ഹൃദയം പൊട്ടുമാറ് തേങ്ങിക്കൊണ്ട് അവൻ പറഞ്ഞു: "അഹങ്കാരംകൊണ്ട് ഞാൻ ഒരിക്കൽ അമ്മയെ തള്ളിപ്പറഞ്ഞു, ആട്ടിയോടിച്ചു. വിനയാന്വിതനായ എന്നെ അമ്മ സ്വീകരിച്ചാലും. അമ്മേ, ഞാൻ അമ്മയ്ക്ക് വിദ്വേഷം തന്നു. അമ്മ എനിക്കു സ്നേഹം തന്നാലും. അമ്മേ, ഞാൻ അമ്മയെ ഉപേക്ഷിച്ചു. അമ്മേ, ഈ മകനെ സ്വീകരിച്ചാലും."

യാചകി ഒരക്ഷരവും ഉരിയാടാതെ നിന്നു.

നക്ഷത്രക്കുഞ്ഞ് കുഷ്ഠരോഗിയുടെ വെളുത്ത കാലിൽ കെട്ടിപ്പിടിച്ചുകൊണ്ടു പറഞ്ഞു: "ഞാൻ മൂന്നുതവണ അങ്ങയോടു ദയ കാട്ടി. എന്നോടൊരിക്കലെങ്കിലും സംസാരിക്കാൻ അമ്മയോടു പറയൂ."

കുഷ്ഠരോഗിയും ഒരക്ഷരവും ഉരിയാടാതെ നിന്നു.

നക്ഷത്രക്കുഞ്ഞ് വീണ്ടും ദുഃഖപരവശനായി ഇങ്ങനെ പറഞ്ഞു: "അമ്മേ, എനിക്കു സഹിക്കാവുന്നതിനേക്കാൾ കൂടുതൽ ദുരിതം ഞാൻ അനുഭവിച്ചു. എന്നോടു ക്ഷമിച്ചാലും. വീണ്ടും വനത്തിനുള്ളിലേക്കു പോകാൻ എന്നെ അനുവദിച്ചാലും."

യാചകി അവന്റെ തലയിൽ കൈവച്ച് ഇങ്ങനെ പറഞ്ഞു: "എഴുന്നേല്ക്കൂ..."

കുഷ്ഠരോഗി അവന്റെ തലയിൽ കൈവച്ച് പറഞ്ഞു: "എഴുന്നേല്ക്കൂ..."

കുഷ്ഠരോഗിയുടെ പാദം കെട്ടിപ്പിടിച്ചു കുനിഞ്ഞിരിക്കുകയായിരുന്ന

നക്ഷത്രക്കുഞ്ഞ് പതുക്കെ എഴുന്നേറ്റ് അവരെ നോക്കി. വിസ്മയം? അവർ രാജാവും രാജ്ഞിയുമായിരിക്കുന്നു.

രാജ്ഞി മകനോടു പറഞ്ഞു: “നീ മൂന്നു തവണ സഹായിച്ചത് നിന്റെ അച്ഛനെയാണ്.”

രാജാവ് പറഞ്ഞു: “നിന്റെ കണ്ണീരുകൊണ്ട് നീ കഴുകിയത് നിന്റെ അമ്മയുടെ പാദങ്ങളാണ്.”

രാജാവും രാജ്ഞിയും മകന്റെ കവിളിൽ ചുംബിച്ചു. അവർ അവനെ കൊട്ടാരത്തിലേക്ക് കൂട്ടിക്കൊണ്ടുപോയി ആചാരവേഷങ്ങൾ അണിയിച്ചു, തലയിൽ കിരീടം വച്ചു, കൈയിൽ ചെങ്കോൽ നല്കി. നക്ഷത്രക്കുഞ്ഞ് രാജാവായി, നദിക്കരയിലെ നഗരം വാണു. അവൻ എല്ലാവരോടും നീതിയോടും ദയയോടുംകൂടി പെരുമാറി. ദുഷ്ടനായ മാന്ത്രികനെ നാടുകടത്തി. മരംവെട്ടുകാരനും ഭാര്യക്കും അവരുടെ കുട്ടികൾക്കും വിലയേറിയ സമ്മാനങ്ങൾ രാജാവു കൊടുത്തയച്ചു. പക്ഷികളോടും മൃഗങ്ങളോടും ക്രൂരത കാട്ടരുതെന്ന് രാജാവ് കർശനമായ നിർദ്ദേശം നല്കി. സ്നേഹവും ധർമ്മവും ജനങ്ങളെ പഠിപ്പിച്ചു. പട്ടിണിപ്പാവങ്ങൾക്ക് വേണ്ടത്ര ഭക്ഷണം നല്കി, നഗ്നർക്കു വസ്ത്രം നല്കി. രാജ്യത്ത് ഐശ്വര്യവും സമാധാനവും കളിയാടി.

രാജാവിന് ദീർഘകാലം ഭരിക്കാൻ സാധിച്ചില്ല. ദുരിതാനുഭവങ്ങളും അഗ്നിപരീക്ഷണങ്ങളും രാജാവിനെ അവശനാക്കിയിരുന്നു. മൂന്നുവർഷം കഴിഞ്ഞപ്പോൾ രാജാവ് നാടുനീങ്ങി. പിന്നീടുവന്ന രാജാവ് ദുർഭരണം നടത്തി.

ജാമി ഫ്രീലും യുവതിയും
- ലെറ്റിഷ്യ മക്‌ലിന്റോക്

Jamie Freel and the Young Lady
Letitia Maclintock

[ഡബ്ളിയു ബി യീറ്റ്സിനെപ്പോലും സ്വാധീനിച്ച എഴുത്തുകാരിയാണ് മിസ് ലെറ്റിഷ്യ മക്‌ലിന്റോക് (1857–1881). ഡബ്ളിൻ യൂണിവേഴ്സിറ്റി മാഗസിനിൽ 1877 ഫെബ്രുവരിയിൽ പ്രസിദ്ധീകരിച്ച 'ജാമി ഫ്രീലും യുവതിയും' എന്ന കഥ ഇന്നും ചർച്ചചെയ്യപ്പെടുന്നു. *ബിവിച്ച്ഡ് ബട്ടർ* (1976), *ഗ്രേസ് കോണർ* (1876), *എ ഡൊണിഗൽ ഫെയറി* (1877), *ഫോർ ഡാറിഗ് ഇൻ ഡൊണിഗൽ* (1877) എന്നിവയാണ് പ്രധാന കൃതികൾ]

പണ്ടുപണ്ട് ഫാനറ്റ് നഗരപ്രാന്തപ്രദേശത്ത് ജാമി ഫ്രീൽ എന്ന യുവാവും വിധവയായ അമ്മയും വസിച്ചിരുന്നു. ഏക മകനായതിനാൽ കുടുംബത്തിന്റെ ഉത്തരവാദിത്വം മുഴുവൻ ജാമിക്കായിരുന്നു. അയാൾ കഠിനാദ്ധ്വാനം ചെയ്തു. എല്ലാ ശനിയാഴ്ചകളിലും ആ ആഴ്ചയിൽ കിട്ടുന്ന വേതനം മുഴുവൻ അമ്മയ്ക്ക് കൊടുത്തിട്ട്, സ്വന്തം ആവശ്യത്തിന് അമ്മ നല്കുന്നതുമാത്രം സ്വീകരിച്ചുപോന്നു.

നാട്ടുകാരെല്ലാം ജാമിയെപ്പറ്റി നല്ലതുമാത്രം പറഞ്ഞു. എന്നാൽ മെയ്ദിനത്തിലോ ഹാലോവിൻപോലുള്ള ഉത്സവസമയത്തോ അല്ലാതെ ജാമിക്ക് മറ്റുള്ളവരെ ആരെയും കാണാൻ അവസരം ലഭിക്കാറില്ല.

ജാമിയുടെ വാസസ്ഥലത്തിനടുത്ത് ഏകദേശം അരമൈൽ ദൂരത്തിൽ പൊളിഞ്ഞ ഒരു കൊട്ടാരം ഉണ്ടായിരുന്നു. യക്ഷികളുടെ കൊട്ടാരം എന്നാണ് അതറിയപ്പെട്ടിരുന്നത്. ഹാലോവിൻ കാലത്ത് അരണ്ട വെളിച്ചത്തിൽ നിഴൽരൂപങ്ങൾ കൊട്ടാരത്തിനകത്തും പുറത്തും സഞ്ചരിക്കുന്നതു കാണാം. മാത്രമല്ല മധുരമായ സംഗീതം അവിടെനിന്നു കേൾക്കാറുമുണ്ട്.

യക്ഷിക്കൊട്ടാരത്തിൽ പോകാൻ നാട്ടുകാർക്കാർക്കും ധൈര്യമുണ്ടായിരുന്നില്ല.

ജാമി കുറെ നാളായി ആഗ്രഹിക്കുകയാണ്, കൊട്ടാരത്തിൽ പോകണമെന്ന്.

ഒരു ഹാലോവിൻ ദിനത്തിൽ ജാമി അമ്മയോട് തന്റെ ആഗ്രഹം പറഞ്ഞു. അമ്മ ദേഷ്യത്തോടും സങ്കടത്തോടും മകനെ ശാസിച്ചു. "എന്തു മണ്ടത്തരമാണു നീ പറഞ്ഞത്. നീ എന്റെ ഏക മകനാണ്. നിന്നെ ഞാൻ യക്ഷികൾക്കു കൊടുക്കാനോ? ഒരിക്കലും ഞാനതു സമ്മതിക്കില്ല."

"അമ്മ ഭയപ്പെടേണ്ട. എനിക്കൊന്നും സംഭവിക്കില്ല. ഞാൻ വാക്കു തരുന്നു. ഞാൻ അവിടെ പോയി കൊട്ടാരത്തിൽ എന്തു നടക്കുന്നു എന്നറിഞ്ഞു മടങ്ങിവരാം."

മകൻ ഇറങ്ങി നടന്നു. സ്വന്തം ഉരുളക്കിഴങ്ങു പാടം കഴിഞ്ഞ് കൊട്ടാരം ലക്ഷ്യമാക്കി അയാൾ നടന്നു. അടുക്കുന്തോറും കൊട്ടാരത്തിലെ സ്വർണ്ണനിറമുള്ള വെളിച്ചത്തിൽ സ്ത്രീകളുടെ നിഴൽരൂപങ്ങൾ തെളിയാൻ തുടങ്ങി. നല്ല സംഗീതം. ചിലങ്കകൾ കിലുങ്ങുന്നു. അവർ നൃത്തം ചെയ്യുന്നുമുണ്ട്. ഇടയ്ക്ക് നൃത്തം നിർത്തി അവർ പൊട്ടിച്ചിരിക്കുന്നു. കൊട്ടാരമുറ്റത്തെ പുൽത്തകിടിയിലെ മരങ്ങൾക്കു മറഞ്ഞുനിന്ന് ജാമി യക്ഷികളുടെ ആട്ടവും പാട്ടും മേളവും കണ്ടു. അഞ്ചു വയസ്സുള്ള കുട്ടികളുടെ വലുപ്പമേ എല്ലാവർക്കുമുള്ളൂ.

അവർ സൽക്കാരത്തിനിരുന്നു. "ജാമീ, ഇങ്ങു വരൂ." അവർ വിളിക്കുന്നു. അവർ കാണാതെ നില്ക്കുകയാണ് എന്നായിരുന്നു ജാമിയുടെ വിചാരം. ഒരു സ്ത്രീരൂപം ജാമിയുടെ കൈയിൽ പിടിച്ചു. "സ്വാഗതം" എന്ന ശബ്ദംകൊണ്ട് കൊട്ടാരം നിറഞ്ഞു.

ജാമിയെ സൽക്കാരത്തിൽ പങ്കെടുപ്പിച്ചുകൊണ്ട് അവർ പറഞ്ഞു: "ഞങ്ങൾ ഡബ്ലിനിലേക്കു പോകുകയാണ്. ജാമിയും വരണം."

സാഹസികനായ ജാമിക്ക് ഡബ്ലിനിലേക്കു പോകുന്നതു സന്തോഷമായി.

കുതിരകളുടെ ഒരു നിര വാതിലിനരികിൽ നിരന്നു. ജാമിയെയും അവർ ഒരു കുതിരപ്പുറത്തേറ്റി. കുതിരകൾ പറക്കാൻ തുടങ്ങി.

"നാം ഇന്ന് രാത്രിയിൽ ഡബ്ലിനിൽനിന്ന് ഒരു യുവതിയെ മോഷ്ടിക്കും." കുതിരപ്പുറത്ത് ഒപ്പമിരുന്ന രൂപം പറഞ്ഞു.

അമ്മ ഒറ്റയ്ക്ക് തന്നെക്കാത്തിരിക്കുന്ന വീട് ജാമി കണ്ടു. കുന്നുകളും പർവ്വതങ്ങളും താഴെ പിറകോട്ട് ഒഴുകുന്നു. പല സ്ഥലങ്ങളിലും ഹാലോവീൻ മേളം. കടന്നുവരുന്ന സ്ഥലങ്ങളുടെ പേരുകൾ സഹയാത്രിക ജാമിക്കു പറഞ്ഞുകൊടുത്തു.

"ഡബ്ലിനായി, നമ്മളിപ്പോൾ സെന്റ് സ്റ്റീഫൻസ് ഗ്രീനിനടുത്തിറങ്ങുകയാണ്."

കൊട്ടാരസദൃശമായ ഒരു വീടിന്റെ മുകൾഭാഗത്തെ ജനലിനരികിൽ കുതിരകൾ പറന്നുനിന്നു. സുന്ദരിയായ ഒരു യുവതി കട്ടിലിൽ മയങ്ങിക്കിടക്കുന്നത് ജാമി കണ്ടു.

അകത്തുകടന്ന നിഴൽരൂപങ്ങൾ ആ സുന്ദരിയെ എടുത്തു പുറത്തെത്തിച്ച് ഒരു കുതിരപ്പുറത്തിരുത്തി. കുതിരകൾ തിരിച്ചു പറക്കാൻ തുടങ്ങി. അവർ യുവതിയെ ഒരു കുതിരപ്പുറത്തുനിന്നു മറ്റൊന്നിന്റെ പുറത്തേക്കു മാറ്റിമാറ്റിയിരുത്തുന്നുണ്ടായിരുന്നു.

"തത്ത് മില്ലൻ", "മിൽ ഫോർഡ്", "റ്റാംനി" സ്ഥലപ്പേരുകൾ പറയുന്നത് ജാമി കേട്ടു. തന്റെ വീട് അടുത്തുവരുന്നതായി ജാമിക്കു മനസ്സിലായി.

"ഇത്രയും നേരം യുവതിയെ നിങ്ങൾ നോക്കി. ഇനി എനിക്കു വിട്ടുതരുമോ ഞാൻ നോക്കാം." ജാമി പറഞ്ഞു.

ജാമിയുടെ വീടിനടുത്ത് കുതിരകൾ പറന്നുവന്നിറങ്ങി.

ജാമി യുവതിയെ ചേർത്തുപിടിച്ച് വീട്ടിലേക്കോടി. നിഴൽരൂപങ്ങൾ ആക്രോശിക്കുന്നുണ്ടായിരുന്നു. കറുത്തപട്ടിയുടെയും ഇരുമ്പുദണ്ഡിന്റെയും – അങ്ങനെ വിവിധ രൂപങ്ങളിൽ അവർ തന്റെ നേരേ പാഞ്ഞടുക്കുന്നു. കൂട്ടത്തിൽ ചെറിയ രൂപം ശാപവാക്കുകൾ ചൊരിയുന്നതു ജാമി കേട്ടു, "അവൾ അന്ധയും ബധിരയുമായിപ്പോകട്ടെ" എന്ന്.

വീട്ടിലെ വെളിച്ചം കണ്ടിട്ടാവാം നിഴൽരൂപങ്ങൾ കുതിരപ്പുറത്തു കയറി പാഞ്ഞുപോയി.

ജാമി അമ്മയെ ഉറക്കെ വിളിച്ചു. അമ്മ കതകു തുറന്നുവന്നു.

"മകനേ, അവർ നിന്നെ എന്തെങ്കിലും ഉപദ്രവിച്ചോ? എന്തേ ഇത്രയും വൈകിയത്?"

"ഒന്നും പറ്റിയില്ല അമ്മേ. അമ്മയ്ക്കൊരു സമ്മാനം ഞാൻ കൊണ്ടുവന്നിട്ടുണ്ട്. അമ്മയ്ക്കു കൂട്ടിനായി ഒരു സുന്ദരിയെ ഇതാ കൊണ്ടുവന്നിരിക്കുന്നു."

ജാമി യുവതിയെ പിറകിൽനിന്നു മുൻപിലേക്കു നീക്കിനിർത്തി.

അമ്മ ഒന്നും മിണ്ടാനാകാതെ അന്ധാളിച്ചുനിന്നു.

"അമ്മ ഞങ്ങളെ അനുഗ്രഹിക്കൂ" ജാമി പറഞ്ഞു.

രാത്രിയിൽ നടന്ന സംഭവങ്ങളെല്ലാം ജാമി അമ്മയെ പറഞ്ഞുകേൾപ്പിച്ചു.

"ഈ പെൺകുട്ടി, അതും സുന്ദരി, വലിയ വീട്ടിൽ വസിച്ചവളാണെന്നു തോന്നുന്നു. നമ്മുടെ ഈ കുടിലിൽ നല്ല ആഹാരമൊന്നുമില്ലാതെ എങ്ങനെ താമസിപ്പിക്കും ജാമീ?" അമ്മ ചോദിച്ചു.

"അതൊന്നും സാരമില്ലമ്മേ. അവൾ എല്ലാം സഹിക്കാൻ തയ്യാറാണ്."

അമ്മ അകത്തുപോയി അവരുടെ ഞായറാഴ്ച വേഷം എടുത്തുകൊണ്ടുവന്നു. അവൾ ഭയംകൊണ്ടും നാണംകൊണ്ടും എങ്ങനെ പെരുമാറണമെന്നറിയാതെ നിന്നു. സംസാരിക്കാനാവുന്നില്ല. ഒന്നും കാണാനും കഴിയുന്നില്ല. ജാമി അവളെ അമ്മയുടെ വേഷം ധരിപ്പിച്ചു.

അടുപ്പു കത്തിച്ച് അവൾക്കു ചൂടു നല്കി.

"ഇവളെ നമ്മളെങ്ങനെ സംരക്ഷിക്കും?" അമ്മ ഭയപ്പെട്ടു.

“ഞാൻ രണ്ടുപേർക്കുംവേണ്ടി അദ്ധ്വാനിക്കും അമ്മേ.” ജാമി പറഞ്ഞു.

ദുഃഖിതയായ യുവതിയെ ജാമിയും അമ്മയും സമാധാനിപ്പിച്ചു. അവർ അവളുടെ കണ്ണീരു തുടച്ചു.

അവരുടെ മുഖത്തു ക്രമേണ പുഞ്ചിരി വിടർന്നു. അവൾക്ക് വീടും പരിസരവും പരിചയമായി. അവൾ ചെറിയ ചെറിയ ജോലികൾ ചെയ്യാൻ തുടങ്ങി. കാലം കടന്നുപോയി.

അടുത്ത ഹാലോവിൻ വന്നു.

“അമ്മേ, ഇത്തവണത്തെ ഭാഗ്യമെന്താണെന്നു പരീക്ഷിച്ചിട്ടു വരട്ടെ.”

മകൻ യക്ഷിക്കൊട്ടാരത്തിലേക്കുപോകുന്ന കാര്യമാണു പറഞ്ഞതെന്ന് അമ്മയ്ക്കു മനസ്സിലായി. അമ്മ ജാമിയെ തടഞ്ഞു.

“പറ്റില്ല, നിന്നെ ഞാൻ വിടില്ല, പോരെങ്കിൽ അവർക്ക് കഴിഞ്ഞ കൊല്ലത്തെ പകയും ഉണ്ട്.”

ജാമി യുവതിയെയും അമ്മയെയും ഒരുവിധത്തിൽ സമാധാനിപ്പിച്ചിട്ട് യക്ഷിക്കൊട്ടാരത്തിലേക്കു നടന്നു.

ജാമി കൊട്ടാരത്തിലെ പുൽത്തകിടിയിൽ മരങ്ങൾക്കിടെ മറഞ്ഞു നിന്നു. കൊട്ടാരത്തിനുള്ളിൽനിന്ന് സ്വർണ്ണവെളിച്ചം ചുറ്റും പടരുന്നു. പാട്ടും ഡാൻസും. തുടർന്നു സൽക്കാരം.

അവരുടെ സംഭാഷണം ജാമി ശ്രദ്ധിച്ചു.

ഒരു രൂപം പറഞ്ഞു: “കഴിഞ്ഞവർഷം ഈ ദിനത്തിലാണ് ജാമി നമ്മുടെ ഒരു സുന്ദരിയെ കവർന്നത്.”

മറ്റൊരാൾ : “ഞാൻ അവളെ ശപിച്ചല്ലോ. അവൾ അന്ധയും ബധിരയുമാണ്.”

ഇനിയൊരാൾ: “ഈ ഗ്ലാസിലെ മൂന്നു തുള്ളി മതി അവളുടെ കാഴ്ചയും കേൾവിയും ശരിയാകാൻ.”

അവർ സംസാരം തുടർന്നു.

ജാമിയുടെ ഹൃദയമിടിപ്പു വർദ്ധിച്ചു. എങ്ങനെയും അകത്തുകടന്ന് ആ ഗ്ലാസ് കൈക്കലാക്കണം.

“സ്വാഗതം ജാമീ...”

അവർ ജാമിയെ അകത്തേക്കു ക്ഷണിച്ചു. എല്ലാവരും സൽക്കാരത്തിനിരുന്നപ്പോൾ ജാമി ഗ്ലാസ് കൈക്കലാക്കി ശരവേഗത്തിൽ പാഞ്ഞ് വീട്ടിലെത്തി.

“മോനേ, നീ എന്തേ അണയ്ക്കുന്നത്?”

“ഒന്നുമില്ലമ്മേ, മുൻപത്തേതിലും നല്ല സമ്മാനം കിട്ടി അമ്മേ.”

ജാമി ഗ്ലാസിലെ ദ്രാവകത്തിന്റെ മൂന്നു തുള്ളി വേഗത്തിൽ യുവതിയുടെ വായിൽ ഇറ്റിച്ചുകൊടുത്തു.

അത്ഭുതം. അവൾ കണ്ണുതുറന്നു, സംസാരിക്കാനും തുടങ്ങി.

മൂവരും സന്തോഷംകൊണ്ടു തുള്ളിച്ചാടി. യുവതി ജാമിക്കു നന്ദി പറഞ്ഞു.

യക്ഷിക്കൊട്ടാരത്തിൽ ആട്ടവും പാട്ടും നിന്നു. വെളിച്ചം അണഞ്ഞു.

യുവതി പറഞ്ഞു: “ജാമീ, ഒരു കടലാസും പേനയും തരൂ. ഞാൻ എന്റെ അച്ഛനും അമ്മയ്ക്കും ഒരു കത്തെഴുതട്ടെ. അവർ എന്നെ ഓർത്തു സങ്കടപ്പെടുകയാകും. അവൾ കത്തെഴുതി. ജാമി അടുത്തദിവസം അതു പോസ്റ്റിലിട്ടു.”

നാളുകളും മാസങ്ങളും കഴിഞ്ഞു. മറുപടി വന്നില്ല.

“ജാമീ, നീ എന്റെകൂടെ വരുമോ? എനിക്ക് അമ്മയെയും അച്ഛനെയും കാണണം. കത്തിനു മറുപടി കാണുന്നില്ലല്ലോ.”

പണമില്ലാത്തതിനാൽ കാൽനടയായി യാത്രചെയ്ത് ദിവസങ്ങൾക്കു ശേഷം അവർ ഡബ്ലിനിൽ അവളുടെ വീടിന്റെ വാതില്ക്കലെത്തി. ബെല്ല ടിച്ചു. കതകു തുറന്നുവന്ന ജോലിക്കാരനോട് അവൾ പറഞ്ഞു: “അച്ഛ നോടു പറയൂ, മകൾ മടങ്ങിയെത്തിയെന്ന്.”

“മകൾ ഒരു വർഷം മുമ്പ് മരിച്ചുപോയല്ലോ.” വേലക്കാരൻ പറ ഞ്ഞു.

“നിനക്കെന്നെ മനസ്സിലായില്ലേ സള്ളിവൻ.”

“ഇല്ലല്ലോ.”

ശബ്ദംകേട്ട് അച്ഛൻ ഇറങ്ങിവന്നു.

“അച്ഛാ.”

“ഏതച്ഛൻ. എന്റെ മകൾ ഒരു വർഷംമുമ്പ് മരിച്ചുപോയി.” അച്ഛൻ പറഞ്ഞു.

“എന്റെ മുഖത്തേക്ക് നോക്കൂ അച്ഛാ...”

“വേണ്ടാ, അവളുടെ മൃതദേഹം ഞാനാണ് സംസ്കരിച്ചത്.” അയാൾ തേങ്ങിത്തുടങ്ങി.

“എന്റെ കൈയിലെ മോതിരം നോക്കൂ അച്ഛാ. എന്റെയും അച്ഛ ന്റെയും പേരുകൾ അതിൽ കൊത്തിവച്ചിരിക്കുന്നതു കണ്ടില്ലേ?” മകൾക്കും സങ്കടം വന്നു.

“ശരിയാണ്, മോതിരം അതുതന്നെ. പക്ഷേ, എന്റെ മകൾ മരിച്ചു പോയി.” വൃദ്ധന് സങ്കടം സഹിക്കാനായില്ല.

“അമ്മയെ വിളിക്കൂ. അമ്മ എന്നെ തിരിച്ചറിയാതിരിക്കില്ല.” അവൾക്കും കരച്ചിൽ വന്നു.

“മകൾ മരിച്ച സങ്കടം അവൾക്കു മാറിത്തുടങ്ങിയിട്ടേയുള്ളൂ. ഇനി എല്ലാം ഓർമ്മിപ്പിക്കണോ?”

അമ്മ വന്നു.

അമ്മ തീർത്തു പറഞ്ഞു: “എനിക്കിനി മകളില്ല. ഒരു മകളുണ്ടായി രുന്നത് ഒരുവർഷം മുമ്പ് മരിച്ചുപോയി.” അമ്മ തേങ്ങിക്കരഞ്ഞു.

“എന്റെ കഴുത്തിലെ കറുത്ത പാടു കണ്ടോ അമ്മേ, ഈ മോതിരം നോക്കൂ അമ്മേ.”

“കാര്യം ശരിയാണ്. പക്ഷേ, ശവപ്പെട്ടിയിൽ കിടത്തിയ ഗ്രാസിയുടെ കണ്ണും പൂട്ടി മുത്തം കൊടുത്തവളാണു ഞാൻ. എനിക്കിതു വിശ്വസിക്കാനാവുന്നില്ല.”

ഇത്രയുമായപ്പോൾ ജാമി സംസാരിക്കാനാരംഭിച്ചു. ഒരുവർഷം മുൻപ് ഇവിടെ വന്നപ്പോൾ മുതൽ ഇപ്പോൾ ഇവിടെ എത്തിയതുവരെയുള്ള സംഭവങ്ങൾ ജാമി വിവരിച്ചു.

യക്ഷികളുടെ കൈയിൽനിന്ന് മകളെ മോചിപ്പിച്ച ജാമിയെ അവർ കെട്ടിപ്പിടിച്ചു.

ജാമി മടങ്ങിപ്പോകാനുള്ള ആഗ്രഹം പ്രകടിപ്പിച്ചു. ജാമിയുടെ സേവനത്തിന് എന്തു പ്രതിഫലവും നല്കാൻ അവർ തയ്യാറായിരുന്നു.

മകൾ പറഞ്ഞു: “ജാമിയെ തനിച്ച് ഞാൻ അയയ്ക്കില്ല. ജാമി പോകുകയാണെങ്കിൽ ഞാനും പോകും. എനിക്ക് ജീവിതം തിരിച്ചുകിട്ടിയത് ജാമിമൂലമാണ്. യക്ഷികളിൽനിന്നും രക്ഷിച്ചശേഷം ഈ നിമിഷംവരെ എന്നെ സംരക്ഷിച്ചത് ജാമിയാണ്. ഞാനും ജാമിയോടൊപ്പം പോകും.”

ജാമി തന്റെ മരുമകനായിരിക്കട്ടെ എന്ന് അച്ഛൻ തീരുമാനിച്ചു.

ജാമിയുടെ അമ്മയെ ഫാനറ്റിൽനിന്ന് ആളയച്ചുവരുത്തി.

ജാമിയുടെയും ഗ്രാസിയുടെയും വിവാഹം ആഘോഷമായി നടന്നു. ഡബ്ലിനിലെ കൊട്ടാരത്തിന്റെയും വിലമതിക്കാനാവാത്ത സ്വത്തിന്റെയും ഉടമയായിത്തീർന്ന ജാമി പൂർവ്വകാലത്തെ വിസ്മരിക്കാതെ അദ്ധ്വാനിച്ചുകൊണ്ട് ജീവിതം സന്തോഷത്തോടെ ആഘോഷമാക്കിക്കഴിഞ്ഞു.

മുർത്തോയും ദുർമ്മന്ത്രവാദിനിയും
- എലീനോർ ഹൽ

Murthogh and The Witch Woman
- Eleanor Hull

[പത്രപ്രവർത്തകനും പ്രാചീനഭാഷാപണ്ഡിതനുമായ എഴുത്തുകാരനാണ് എലീനോർ ഹൽ (1860–1935). *ദ കുച്ച്ലെയ്ൻ സാഗാ ഓഫ് ഐറിഷ് ലിറ്ററേച്ചർ* (1898), *പഗൻ അയർലണ്ട്* (1904), *ഏർലി ക്രിസ്ത്യൻ അയർലണ്ട്* (1905) തുടങ്ങി നിരവധി കൃതികൾ രചിച്ച എലീനോറിന്റെ വിഖ്യാതമായ കഥയാണ് മുർത്തോയും ദുർമ്മന്ത്രവാദിനിയും.]

അയർലണ്ടിലെ ഉന്നതനായ രാജാവായി മുർത്തോ മക് എർക്ക വാഴുന്ന കാലം. പ്രാചീനമായ പഗനിസത്തിൽ വിശ്വസിക്കുന്നവരാണ് ഒരു വിഭാഗം ജനത. മറ്റൊരു വിഭാഗം നൂതനമായ ക്രിസ്തുമതത്തിൽ വിശ്വസിക്കുന്നവരും. ഈ പരിവർത്തനദശയിൽ ഏതാണു ശ്രേഷ്ഠം എന്നതിനെച്ചൊല്ലി ജനങ്ങൾക്കിടയിൽ സംശയം നിലനിന്നിരുന്നു. പിതാമഹന്മാരുടെ വിശ്വാസങ്ങളും ആചാരങ്ങളും പാരമ്പര്യാഘോഷങ്ങളും ഒന്നും വിടാനാവാതെ പുതിയ വിശ്വാസത്തെ സ്വീകരിക്കുന്നവരാണ് ഏറെയും.

മുർത്തോ രാജാവിന്റെ കുടുംബാംഗങ്ങൾ നവീനമായ ആശയങ്ങളിൽ ആകൃഷ്ടരായി ക്രിസ്തുമതം സ്വീകരിച്ചു. അദ്ദേഹത്തിന്റെ മൂന്നു സഹോദരന്മാർ ബിഷപ്പുമാരായി. മുർത്തോ മാത്രം പഗൻ വിശ്വാസിയായി തുടർന്നു. ശത്രുക്കളോടും പൊറുക്കണമെന്ന ക്രിസ്തുസന്ദേശം ഉൾക്കൊള്ളാൻ അദ്ദേഹം സന്നദ്ധനായില്ല. എന്നുമാത്രമല്ല, നിയമരഹിതനായി ജീവിക്കാനാണ് അദ്ദേഹം ആഗ്രഹിച്ചത്. ക്രൗര്യം അദ്ദേഹത്തെ ഭരിച്ചിരുന്നു. ചോരപ്പുഴയൊഴുക്കുന്ന യുദ്ധങ്ങൾ അദ്ദേഹത്തിന്റെ ജീവിതത്തിൽ പതിവായി. അതിൽ രാജാവ് ആനന്ദിക്കുകയും ചെയ്തു. അതുകൊണ്ടുതന്നെ ദുരന്തപൂർണ്ണമായിരുന്നു രാജാവിന്റെ ജീവിതം.

ആർത്തിന്റെ മകനായ കോർമാക്ക് ബോയിൻ നദിക്കരയിൽ ക്ലെറ്റിയിൽ നിർമ്മിച്ച വേനൽക്കാലകൊട്ടാരത്തിൽ മുർത്തോ രാജാവ് വിശ്രമിക്കുന്നു. യുവത്വത്തിന്റെയും സൗന്ദര്യത്തിന്റെയും ദേവതയും നിത്യയൗ

വനയുക്തയുമായ ഷീൻ എന്നുപേരായ ഒരു യക്ഷിയുടെ വാസസ്ഥലം അതിനടുത്തായിരുന്നു.

അന്നൊരു നല്ല വേനൽക്കാലദിനം. ബ്രൂഗിന്റെ അതിർത്തിയിൽ പരിചാരകരുമൊത്ത് മുർത്തോ വേട്ടയാടി നടന്നു. നേരം ഉച്ചയായി. സൂര്യൻ തിളയ്ക്കുന്നു. ക്ഷീണിതനായ രാജാവ് യക്ഷിക്കോട്ടയിൽ ഒന്ന് ഇളവേല്ക്കാൻ ഇരുന്നു. പരിചാരകർ വേട്ടയാടി മുൻപോട്ടു നീങ്ങി. രാജാവ് തനിച്ചായി.

ആ കോട്ടയും കുന്നും യക്ഷിയുടെ വിഹാരകേന്ദ്രങ്ങളായിരുന്നു. അവൾക്ക് പല പേരുകൾ ഉണ്ടായിരുന്നു. സ്വയം നല്കിയ പേരുകൾ. ദുഃഖം, സീല്ക്കാരം, കൊടുങ്കാറ്റ്, പരുക്കൻ കാറ്റ്, ശീതകാലരാത്രി, നിലവിളി, കരച്ചിൽ, ഞരക്കം എന്നിവയായിരുന്നു ആ പേരുകൾ. രൂപത്തിലും സൗന്ദര്യത്തിലും അവൾ അനുപമയായിരുന്നു; എന്നാൽ ഉള്ളുകൊണ്ട് പേരുകൾ സൂചിപ്പിക്കുന്നതുപോലെ ക്രൂരയും. മുർത്തോയെ അവൾക്ക് വെറുപ്പായിരുന്നു. അതിനു കാരണമുണ്ട്. അയർലണ്ടിലെ പ്രാചീന യക്ഷിവർഗ്ഗത്തെ അയാൾ ഇല്ലായ്മ ചെയ്തുവത്രേ. ബോയിൻ നദിക്കരയിൽ വച്ചു നടന്ന യുദ്ധങ്ങളിൽ മുർത്തോ അവളുടെ അച്ഛനെയും അമ്മയെയും സഹോദരിയെയും ഉന്മൂലനം ചെയ്തു. സ്വവർഗ്ഗത്തെയും രാജ്യത്തെയും ജനങ്ങളെയും നശിപ്പിച്ച രാജാവിനോടു പകവീട്ടാൻ അവൾ തക്കസമയം കാത്തിരിക്കുകയായിരുന്നു.

പുതിയ വിശ്വാസത്തിന്റെ വരവോടുകൂടി തങ്ങളുടെ നിലനില്പ് അപകടത്തിലാണെന്നും അവൾക്കറിയാമായിരുന്നു. അവരുടെ വിശ്വാസത്തിന്റെയും പ്രാർത്ഥനയുടെയും സ്തോത്രങ്ങളുടെയും ശക്തിയിൽ തങ്ങൾ അസ്തപ്രഭമാകുമെന്നതും അവളുടെ പക വർദ്ധിപ്പിച്ചു.

യക്ഷിക്കോട്ടയിൽ ഇളവേല്ക്കുന്ന രാജാവിനെ ഷീൻ കണ്ടു. രാജാവ് ഏകനാണെന്നും പരിചാരകർ കുറെ ദൂരെയാണെന്നും അവൾ ഉറപ്പുവരുത്തി. അവൾ കോട്ടയ്ക്കുള്ളിലെ കിടക്കയിൽനിന്നു പതുക്കെ എഴുന്നേറ്റു. വെള്ളിയും സ്വർണ്ണവും ഇടകലർന്ന നീണ്ട തലമുടി അവൾ കോതിയൊതുക്കിക്കെട്ടിവച്ചു.

നാലു സ്വർണ്ണയക്ഷികൾ നോക്കിയിരിക്കുന്ന, മാണിക്യക്കല്ലുകൾ പതിച്ച വളയത്തോടുകൂടിയ വെള്ളി ബേസിനിന്റെ അരികെ വന്ന് ഷീൻ കൈകൾ കഴുകി. പച്ചനിറത്തിലുള്ള, നിലത്തിഴയുന്ന ഉടയാട ധരിച്ച് വെള്ളിയിലും സ്വർണ്ണത്തിലുമുള്ള പിന്നുകൾ കുത്തി ഭംഗിനോക്കി അവൾ തൃപ്തി വരുത്തി. മുടിയുടെ ഞൊറിവുകളും ചുരുളുകളും കണ്ണാടിയിൽ നോക്കി ശരിപ്പെടുത്തി. ചുരുളുകളുടെ അഗ്രത്തിൽ സ്വർണ്ണം പൂശി. വേനൽക്കാലത്തെ ഐറിസ് പൂക്കളെപ്പോലെ അവ തിളങ്ങി. മാറിലും തോളുകളിലും കഴുത്തിലും സ്വർണ്ണാഭരണങ്ങൾ അണിഞ്ഞു.

ഷീൻ മന്ദം നടന്ന് മുർത്തോയുടെ സമീപം ചെന്നിരുന്നു. ആരോ തന്റെ സമീപത്തെത്തി എന്നു മനസ്സിലാക്കിയ മുർത്തോ എഴുന്നേറ്റിരുന്നു. സ്വർണ്ണാഭരണവിഭൂഷിതയായ ഷീൻ സൂര്യപ്രഭയിൽ, ഐറിസ് നിര

പോലെ തിളങ്ങി. ആ അഭൗമസൗന്ദര്യത്തിൽ മുർത്തോയ്ക്ക് ആശ്ച ര്യവും ഭയവും ഉണ്ടായി. സ്നേഹം പ്രകടിപ്പിക്കാതിരുന്നാലോ വെറുപ്പു പ്രകടിപ്പിച്ചാലോ എന്താണു സംഭവിക്കുക എന്നറിയാമായിരുന്ന രാജാവ്, സ്വയംമറന്ന് ആ സൗന്ദര്യധാമത്തെ കാമിച്ചു. അവളോടൊപ്പം ഒരു മണി ക്കൂർ ചെലവഴിക്കാൻ സാധിച്ചാൽ തന്റെ രാജ്യം തന്നെ നല്കാം എന്നും രാജാവിനുതോന്നി. എങ്കിലും തന്റെ വിധി അവളുടെ കൈയിലാണെന്ന റിഞ്ഞ് രാജാവിനു തെല്ലു ഭയമുണ്ടാവുകയും ചെയ്തു.

രാജാവ് യുവസുന്ദരിയെ മുൻപരിചയമുള്ളതുപോലെ സ്വാഗതം ചെയ്തു.

"നീ ഇവിടെ വന്നത് എന്തുകൊണ്ട്?" രാജാവ് ചോദിച്ചു.

"എർക്കിന്റെ മകനും അയർലണ്ടിന്റെ മഹാരാജാവും എനിക്ക് ആരാ ദ്ധ്യനുമായ മുർത്തോയെ കാണുന്നതിനുവേണ്ടിയാണ് ഇവിടെ വന്നത്." ഷീൻ പറഞ്ഞു.

സന്തുഷ്ടനായ മുർത്തോ പറഞ്ഞു: "എന്നെ അറിയുമോ മോഹി നീ..."

ഷീൻ പറഞ്ഞു: "അറിയാം, നന്നായി അറിയാം. താങ്കളുടെ നിഗൂ ഢമായ രഹസ്യങ്ങൾ ഉൾപ്പെടെ എല്ലാം അറിയാം. എല്ലാ ഐറിഷ് പ്രജ കളെയും എനിക്കറിയാം."

അല്പസമയം അവർ പലതും പറഞ്ഞിരുന്നു. അവൾ എന്തു ചോദി ച്ചാലും കൊടുക്കാൻ സന്നദ്ധനായി രാജാവ് അവളെത്തന്നെ നോക്കിയി രുന്നു. അവൾ കൂടുതൽ സുന്ദരിയായിത്തീരുന്നു. അവളോടൊപ്പം ബോയിൻ നദിക്കരയിലെ കൊട്ടാരത്തിൽപോയാലോ എന്നുവരെയും രാജാവ് ചിന്തിച്ചു.

"എനിക്ക് ഒരാഗ്രഹം, താങ്കളുടെ കൊട്ടാരത്തിലേക്ക് എന്നെ കൊണ്ടു പോകുമോ?"

രാജാവിന് അതു പൂർണ്ണസമ്മതമായിരുന്നു.

അവൾ തുടർന്നു: "താങ്കളുടെ ഭാര്യയും കുട്ടികളും പുതിയ വിശ്വാ സക്കാരായതിനാൽ അവരെ കൊട്ടാരത്തിൽനിന്ന് പറഞ്ഞയക്കണം. പോരാ, കൊട്ടാര ഉദ്യോഗസ്ഥരെയും പറഞ്ഞുവിടണം. ഞാൻ അവിടെ ഉണ്ടാകുന്നിടത്തോളം അവരാരും അവിടെ വരാൻ പാടില്ല."

രാജാവ് പറഞ്ഞു: "നീ ആവശ്യപ്പെട്ടത് ചെയ്യാൻ അല്പം ബുദ്ധി മുട്ടുണ്ട്. അതിലും എത്രയോ എളുപ്പമാണ്, എന്റെ രാജ്യത്തുള്ള കന്നു കാലി വർഗ്ഗങ്ങളിൽ ഓരോന്നിന്റെയും നൂറെണ്ണം വീതം, അല്ലെങ്കിൽ കൊമ്പുകൊണ്ടുള്ള നൂറു പാനപാത്രം, അല്ലെങ്കിൽ നൂറു സ്വർണ്ണക്കപ്പു കൾ, അതുമല്ലെങ്കിൽ നൂറു സ്വർണ്ണവളകൾ, അഥവാ ക്ലെറ്റിയിലെ കൊട്ടാ രത്തിൽ ദിവസവും വിഭവസമൃദ്ധമായ സദ്യ – ഇവ ഏതുമോ എല്ലാമോ തരിക എനിക്ക് എത്ര എളുപ്പമാണ്."

ഭാര്യയുൾപ്പെടെയുള്ള വിശ്വാസികളെ പുറത്താക്കിയാൽ, അവളുടെ മന്ത്രശക്തി തന്റെമേൽ വീഴുമെന്നും അതിനെ പ്രതിരോധിക്കാനുള്ള

കരുത്തു തനിക്കില്ലെന്നും രാജാവിന് അറിയാമായിരുന്നു.

"എനിക്ക് അങ്ങയുടെ ആ സമ്മാനങ്ങളൊന്നും വേണ്ട." യുവസുന്ദരി പറഞ്ഞു. "ഞാൻ ആവശ്യപ്പെട്ടതെന്താണോ അതുമാത്രം മതി എനിക്ക്. മാത്രമല്ല, ഒരിക്കൽപ്പോലും അങ്ങ് അവിടെവച്ച് എന്റെ പേര് ഉച്ചരിക്കരുത്. ഞാൻ അവിടെയുള്ള കാര്യം ആരും അറിയുകയുമരുത്."

മുർത്തോ ചോദിച്ചു: "എന്താണു യുവതിയുടെ പേര്? അത് എന്റെ നാവിൽ വരുന്നില്ലല്ലോ."

അവൾ പറഞ്ഞു: "ദുഃഖം, സീല്ക്കാരം, കൊടുങ്കാറ്റ്, പരുക്കൻ കാറ്റ്, ശീതകാലരാത്രി, നിലവിളി, കരച്ചിൽ, ഞരക്കം അങ്ങനെ വിവിധ നാമങ്ങൾ. ഷീൻ എന്നാണ് ആളുകൾ എന്നെ വിളിക്കുക. ഞാൻ മുഖ്യമായും അതാണ്. ഞാൻ എവിടെപ്പോകുന്നുവോ, അവിടെ കൊടുങ്കാറ്റും എന്നോടൊപ്പം ഉണ്ടാകും."

ഷീനിന്റെ സൗന്ദര്യത്തിൽ സ്വയം മറന്നുപോയ രാജാവ് അവളെ സ്വന്തം കൊട്ടാരത്തിലേക്കു കൂട്ടിക്കൊണ്ടുപോയി. അവൾ ആവശ്യപ്പെട്ടിരുന്നതുപോലെ ഭാര്യയെയും കുട്ടികളെയും ഉദ്യോഗസ്ഥരെയും വിദ്വാന്മാരെയും പട്ടാളക്കാരെയും എല്ലാം കൊട്ടാരത്തിൽനിന്നും തുരത്തി. അദ്ദേഹത്തിന്റെ ഭാര്യ ദ്യുവ്സേഷ് കുട്ടികളെയുംകൂട്ടി റോഡിൽക്കൂടി കരഞ്ഞുകൊണ്ടുപോകുമ്പോൾ ബിഷപ്പ് കെയ്ർനേഷ് കണ്ടുമുട്ടി. രാജാവിന്റെ അർദ്ധസഹോദരനായിരുന്നു ബിഷപ്പ്. മാത്രമല്ല, അവളുടെ ആത്മമിത്രവും.

ഷീൻ, ക്ലെറ്റി കൊട്ടാരത്തിലെത്തിയതോടെ കൂടുതൽ ഉന്മേഷവതിയായി. കൊട്ടാരത്തിലെ ആഡംബരങ്ങൾ കണ്ടുനടന്നപ്പോൾ അവൾ പറഞ്ഞു: "ക്ലെറ്റി കൊട്ടാരം ഒരു യക്ഷിക്കൊട്ടാരംപോലെ സുന്ദരമായിരിക്കുന്നു."

രാജാവ് ഇതുകേട്ട് പറഞ്ഞു: "അതേ, അതേ സത്യം. അങ്ങനെ തന്നെ." രാജാവ് തുടർന്നു: "ലീൻസ്റ്റർ രാജാവിനോ അൾസ്റ്റർ രാജാവിനോ മറ്റു പ്രഭുക്കൾക്കോ നിയാലിനോ, എന്തിന്, താരാ മഹാരാജാവിനോ എന്റെ കൊട്ടാരംപോലെ മനോഹരമായ കൊട്ടാരം ഇല്ല."

അന്നുരാത്രി എല്ലാ രാജകീയപ്രൗഢിയോടുംകൂടി ഷീനുമൊത്തു രാജാവ് ഇരുന്നു. ഷീനെപ്പോലെ ഒരു സുന്ദരിയെ കണ്ടിട്ടില്ലെന്ന് രാജസദസ്സിലുള്ളവർ പറഞ്ഞത് രാജാവ് ഓർത്തു. രാജാവ് ആശ്ചര്യത്തോടെ ഷീനെ നോക്കി. പുരാതന അയർലണ്ടിന്റെ ദേവതതന്നെയാണോ മഹതി എന്ന് രാജാവ് അവളോടു ചോദിച്ചു. ദൈവത്തിൽ വിശ്വസിക്കുന്നുണ്ടോ എന്നായി രാജാവിന്റെ അടുത്ത ചോദ്യം. രാജാവിന്റെ ഉള്ളിൽ ഇടയ്ക്കിടെ ഭയം വളരുന്നുണ്ടായിരുന്നു. തന്റെ വിധി അവളുടെ കൈയിലാണല്ലോ എന്ന ചിന്തയായിരുന്നു അതിനുകാരണം.

അലസവും ക്രൂരവുമായ ഒരു ചിരി അവളിൽനിന്നുയർന്നു. തന്റെ അധികാരത്തിലാണ് രാജാവ് എന്നും അയാൾ മാത്രമാണ് ഇപ്പോൾ എന്നോടൊപ്പമുള്ളത് എന്നും അവൾക്കു നല്ല ബോദ്ധ്യമുണ്ടായിരുന്നു.

"ഓ മുർത്തോ, നിങ്ങൾ എന്നെ പേടിക്കണ്ടാ." അവൾ പറഞ്ഞു. "ഞാനും താങ്കളെപ്പോലെ ആദത്തിന്റെയും അവ്വയുടെയും വംശപരമ്പരയിൽപ്പെട്ട ഒരാൾ. എന്നോടു സൗഹൃദം പുലർത്തുക. സങ്കടപ്പെടുകയോ ഭയപ്പെടുകയോ ചെയ്യരുത്. താങ്കളുടെ ദൈവം അത്ഭുതങ്ങളുടെ സ്രഷ്ടാവും പ്രജകളുടെ സഹായിയുമാണ്. എന്നാൽ പരസഹായമില്ലാത്ത എന്റെ ശക്തിക്ക് അതിനപ്പുറവും ചെയ്യാൻ സാധിക്കും. എനിക്ക് ഒരു സൂര്യനെയും ചന്ദ്രനെയും സൃഷ്ടിക്കാം. സ്വർഗ്ഗത്തെ എനിക്ക് തിളങ്ങുന്ന നക്ഷത്രങ്ങൾ കൊണ്ടു വർണ്ണാഭമാക്കാം. തമ്മിൽത്തമ്മിൽ കൊന്നൊടുക്കുന്ന യുദ്ധോദ്യുക്തരായ സേനാംഗങ്ങളെ എനിക്കു തിരിച്ചുവിളിക്കാം. ബോയിൻനദിയിലെ തണുത്ത ജലത്തെ എനിക്ക് വീഞ്ഞാക്കാൻ കഴിയും. എണ്ണമറ്റ കല്ലുകളെ ഞാൻ ആടുകളാക്കാം, പുല്ലുകളെ പന്നികളാക്കാം. ജനക്കൂട്ടത്തെ സാക്ഷിനിർത്തി ശൂന്യതയിൽനിന്ന് വെള്ളിയോ സ്വർണ്ണമോ സേനാംഗങ്ങളെയോ എനിക്കു സൃഷ്ടിക്കാൻ സാധിക്കും. പറയൂ, നിങ്ങളുടെ ദൈവത്തിന് ഇങ്ങനെയൊക്കെ ചെയ്യാൻ സാധിക്കുമോ?"

രാജാവിന്റെ സഹചാരികളും അപ്പോൾ അവിടെയെത്തി.

"ഞങ്ങൾക്കുവേണ്ടി ഇവയിൽ ചിലതു കാണിക്കുമോ?" രാജാവ് ചോദിച്ചു.

ഷീൻ കൊട്ടാരത്തിനു പുറത്തേക്കിറങ്ങി. അവൾ മുർത്തോയിൽ ചില മന്ത്രങ്ങൾ പ്രയോഗിച്ചു. രാജാവിന് സ്വന്തം ഇഷ്ടപ്രകാരമാണോ അല്ലയോ താൻ പ്രവർത്തിക്കുന്നത് എന്നു തിരിച്ചറിയാൻ കഴിയാതാകുന്നതിനുവേണ്ടിയുള്ള ദുർമ്മന്ത്രങ്ങളായിരുന്നു അവ. ബോയിൻനദിയിലെ തണുത്ത വെള്ളമെടുത്ത് അവൾ മാന്ത്രികവീഞ്ഞു നിർമ്മിച്ചു. കാട്ടിൽനിന്ന് അവൾ പുല്ലും മുൾച്ചെടികളും കുമിളും പറിച്ചെടുത്ത് മാന്ത്രികപ്പന്നികളെയും ആടുകളെയും കലമാനിനെയും സൃഷ്ടിച്ചു. അവയെ ഉപയോഗിച്ച് വിഭവസമൃദ്ധമായ ഭക്ഷണമുണ്ടാക്കി മുർത്തോയ്ക്കും മറ്റുള്ളവർക്കും നല്കി. അതു കഴിച്ചുകഴിഞ്ഞാൽ അവരുടെ ശക്തി പൂർണ്ണമായും നഷ്ടപ്പെടും. മാന്ത്രികവീഞ്ഞ് കുടിച്ചതോടെ എല്ലാവരും അഗാധമായ ഉറക്കത്തിലേക്കു വഴുതിവീണു.

കല്ലും മൺക്കട്ടകളും ഉപയോഗിച്ച് മൂന്നു ബറ്റാലിയൻ സേനാംഗങ്ങളെ ഷീൻ അണിനിരത്തി. വീടിന്റെ മൂന്നു വശങ്ങളിലും സേനാംഗങ്ങൾ നിലയുറപ്പിച്ചു. തെക്കുഭാഗത്തുള്ള താഴ്വരയെ വളഞ്ഞിരുന്നവർ പൂർണ്ണമായും നഗ്നരായിരുന്നു. അവർ തലയില്ലാത്തവരായിരുന്നു. മറുഭാഗത്തെ ആളുകൾക്ക് കലമാന്റെ തലയായിരുന്നു. ആദ്യത്തെ രണ്ടു വിഭാഗവും ഘനഗംഭീരമായ ശബ്ദം പുറപ്പെടുവിച്ചിരുന്നു. കിഴക്കുഭാഗത്തുള്ള മൂന്നാമത്തെ നീല ബറ്റാലിയന് ശബ്ദമേ ഇല്ലായിരുന്നു. അവർ കൈകൾ വീശിയിരുന്നു. ആയുധങ്ങൾ തമ്മിൽ ഉരസുകയും അക്ഷമരായിട്ടെന്നവണ്ണം കാലുകൾ നിലത്തടിക്കുകയും ചെയ്തിരുന്നു.

മുർത്തോ ഉറക്കത്തിൽ സ്വപ്നം കണ്ടു. യുദ്ധരംഗത്തെ ഭീകരമായ

ശബ്ദങ്ങൾ അദ്ദേഹം കേട്ടു. അദ്ദേഹം കിടക്കയിൽനിന്നു ചാടിയെഴുന്നേറ്റു. എന്നാൽ വീഞ്ഞിന്റെ വീര്യംകൊണ്ട് അദ്ദേഹം അശക്തനായിരുന്നു. രാജാവ് നിസ്സഹായനായി നിലത്തുവീണു. യുദ്ധത്തിനുള്ള വിളി വീണ്ടും കേട്ടു. മുർത്തോ വീണ്ടും എഴുന്നേറ്റു. ഭയത്തോടെ ഭ്രാന്തമായി അയാൾ നോക്കി. തന്റെ ചുറ്റും കൊട്ടാരത്തിലെ അംഗങ്ങൾ ഉണ്ടെന്ന് അയാൾക്കുതോന്നി. തന്റെ ശൗര്യവും ധൈര്യവും എല്ലാം നഷ്ടപ്പെട്ടിരിക്കുന്നു. സത്യത്തിൽ അയാൾക്കുചുറ്റും കല്ലും മണ്ണും കരിയിലകളുമായിരുന്നു.

മുർത്തോയുടെ ഭാര്യ ദ്യുവ്സേഷ് കൊട്ടാരത്തിലെ വാർത്തകൾ അറിഞ്ഞു. അവൾ കെയ്ർനെഷിനെ ചെന്നു കാണുകയും തന്റെ കുലത്തിലുള്ളവരെയെല്ലാം സംഘടിപ്പിക്കുകയും ചെയ്തു. ഓവനും നിയാലും അവരുടെ മക്കളും ബന്ധുക്കളും എല്ലാം എത്തി. എല്ലാവരുംകൂടി കൊട്ടാരത്തിൽ ചെന്നു. ഇതു മനസ്സിലാക്കിയിരുന്ന ഷീൻ വേണ്ടതു ചെയ്തിരുന്നതിനാൽ അവർക്കു കൊട്ടാരത്തിലേക്കുള്ള പ്രവേശനകവാടം കണ്ടുപിടിക്കാൻപോലും കഴിഞ്ഞില്ല.

കെയ്ർനെഷ് കോപിച്ച് കൊട്ടാരത്തെ ശപിച്ചുകൊണ്ട് അവിടെ ഒരു കുഴിമാടം ഒരുക്കി. അതിനരികിൽനിന്ന് അയാൾ തന്റെ മണിമുഴക്കിക്കൊണ്ട് രാജാവിനെയും കൊട്ടാരത്തെയും ശപിക്കുകയും രാജാവിന്റെ പതനം പ്രവചിക്കുകയും ചെയ്തു. ഓവനിന്റെയും നിയാലിന്റെയും വംശപരമ്പരകളെ അനുഗ്രഹിച്ചിട്ട് അയാൾ സ്വന്തം ദേശത്തേക്കു മടങ്ങി.

കെയ്ർനെഷ് ദൂതരെ അയച്ച് രാജാവിനെ ദുർമ്മന്ത്രവാദിനിയിൽനിന്നു വേർപെടുത്തി ഉന്മൂലനം ചെയ്യാനുള്ള പദ്ധതികൾക്കു രൂപംനല്കി. ദൂതർ കൊട്ടാരത്തിൽച്ചെന്ന് രാജാവിനെ കണ്ട് ദുർമ്മന്ത്രവാദിനിയുടെ സാമീപ്യംമൂലം ഉണ്ടാകാവുന്ന വിപത്തുകളെക്കുറിച്ച് പറഞ്ഞ് രാജാവിനെ അവിടെനിന്നും അകറ്റാൻ ശ്രമിച്ചു. എന്നാൽ അവളിൽ അനുരാഗവിവശനായിരുന്ന രാജാവിന് ആ വേർപെടൽ സാദ്ധ്യമായിരുന്നില്ല. ഷീനിൽനിന്ന് ഒരാപത്തും അയാൾ പ്രതീക്ഷിച്ചുമില്ല. എങ്കിലും കെയ്ർനെഷിന്റെ അടുത്തേക്കു പോകാനുള്ള ആഗ്രഹം രാജാവ് ഷീനിനോടു പറയാതിരുന്നില്ല. അതു പറയുമ്പോഴെല്ലാം അവൾ രാജാവിന്റെ മേൽ ദുർമ്മന്ത്രം ജപിച്ച് രാജാവിനെ വശഗനാക്കിയിരുന്നു.

രാജാവ് വിവശനായി ഉറങ്ങുകയായിരുന്നു. ഷീൻ കൊട്ടാരത്തിനു ചുറ്റും സഞ്ചരിച്ച് എല്ലാം തയ്യാറാണെന്ന് ഉറപ്പുവരുത്തി. അവർ തന്റെ മാന്ത്രികയോദ്ധാക്കളെ സന്നദ്ധരാക്കി. അവരെ കൊട്ടാരത്തിനുചുറ്റും നിർത്തി. കൊട്ടാരത്തിലേക്കു കുന്തമുനകൾ ചൂണ്ടി നില്ക്കാൻ നിർദ്ദേശിച്ചു. ഒരു തരത്തിലും രാജാവ് രക്ഷപ്പെടരുത് എന്നതായിരുന്നു അതിന്റെ ഉദ്ദേശ്യം.

അന്ന് സാംഹയ്ൻ അഥവാ ഹാലോവീൻ രാത്രിയായിരുന്നു. ഒരു ബുധനാഴ്ച. കൊട്ടാരത്തിനകവും പുറവും ദീപപ്രഭയിൽ മുങ്ങി. മുർത്തോ ഉറങ്ങുന്ന മുറിയിലേക്ക് ഷീൻ പ്രവേശിച്ചു. രാജാവിന്റെ അരി

കിൽ അവൾ കിടന്നു. അവളുടെ നിർദ്ദേശപ്രകാരം വലിയ കാറ്റ് വീശി ത്തുടങ്ങി. വടക്കുപടിഞ്ഞാറുനിന്നും വന്ന കാറ്റ് കൊട്ടാരത്തിനുള്ളിലേക്ക് അടിച്ചുകയറി.

"അതേ ഒരു ശൈത്യകാലരാത്രിയുടെ ലക്ഷണമാണിത്."

ഉറക്കത്തിൽനിന്ന് ഉണർന്ന, പരവശനായ രാജാവ് പറഞ്ഞു.

ഷീൻ രാജാവിനെനോക്കി മധുരമായി പുഞ്ചിരിച്ചു. തന്റെ പ്രതികാ രത്തിന്റെ സമയമായി എന്ന് അവൾ മനസ്സിലാക്കി.

"അതേ, ഞാനാണ് കാറ്റും, ഞാനാണു ശൈത്യകാല രാത്രിയും." ഷീൻ മധുരമായി പറഞ്ഞു.

"ഞാൻ പരുക്കൻ കാറ്റും കൊടുങ്കാറ്റുമാണ്. യക്ഷികുലത്തിലെ ഒരു മകൾ. ഞാൻ കരച്ചിലും നിലവിളിയുമാണ്. വികൃതിയായ സ്ത്രീ. ആളു കൾക്കു ദൗർഭാഗ്യം വിതയ്ക്കുന്നവൾ."

കൊട്ടാരത്തിനുചുറ്റും അതിശക്തമായി മഞ്ഞുകാറ്റു വീശി. കൊടു ങ്കാറ്റിന്റെ സീല്ക്കാരംപോലെ തന്നെ ഷീനിന്റെ സേനാംഗങ്ങളുടെ യുദ്ധ സന്നാഹത്തിന്റെ കോലാഹലങ്ങളും വാനിലുയർന്നു. കൊട്ടാരഭിത്തിക ളിൽ മഞ്ഞുപാളികൾ പതിഞ്ഞു. വാതിലുകളും ജനാലകളും തുറക്കാ നാവാത്തവിധം അവയെപ്പൊതിഞ്ഞ് മഞ്ഞുകോട്ട ഉയർന്നു. ഇതൊന്നു മറിയാതെ രാജാവ് ഷീനിന്റെ അരികിൽക്കിടന്നു മയങ്ങി. അയാളുടെ ശക്തി മുഴുവൻ ചോർന്നുകഴിഞ്ഞിരുന്നു.

പെട്ടെന്ന് രാജാവ് അസ്വസ്ഥനായതുപോലെ ഞെട്ടിയുണർന്നു. കൊട്ടാരം അഗ്നിയിൽ അമരുന്നതായി അയാൾ സ്വപ്നം കണ്ടു.

രാജാവ് കരഞ്ഞുവിളിച്ചു: "കൊട്ടാരത്തിനുചുറ്റും ദുർദ്ദേവതകളുള്ള തായി ഞാൻ സ്വപ്നം കണ്ടു. എന്റെ ജനങ്ങളെ അവർ കൂട്ടക്കൊല ചെയ്യുന്നു. ക്ലെറ്റി കൊട്ടാരം ഇതാ അവർ തീവച്ചിരിക്കുന്നു."

"നിങ്ങൾ സ്വപ്നം കാണുകയാണ്, പിച്ചും പേയും പറയാതെ ഉറ ങ്ങിക്കോളൂ." ഷീൻ രാജാവിനെ പിടിച്ചു കിടത്തി.

രാജാവ് വീണ്ടും ഉറങ്ങിത്തുടങ്ങി. താൻ ഒരു കപ്പലിനുള്ളിലാണെന്ന് രാജാവ് സ്വപ്നം കണ്ടു. കപ്പൽ ഇളകിമറിയുന്നു എന്നും തന്റെ തല യിൽ കൂർത്ത ചുണ്ടും നഖവുമുള്ള വലിയൊരു കഴുകൻ വന്നിരിക്കുന്നു എന്നും രാജാവിനുതോന്നി. അതു സൂര്യനെ മറച്ചുകൊണ്ട് ചിറകുവി രിച്ച് കൂരിരുട്ടിൽ രാജാവിനെയുംകൊണ്ട് പറന്നുയരുന്നു. കഴുകന്റെ പിടി യിൽനിന്നു വിട്ട് താൻ ജലത്തിൽ വീഴുന്നതായും കഴുകൻ വീണ്ടും താണുപറന്ന് ഓളങ്ങളിൽനിന്ന് തന്നെ കൂർത്ത നഖങ്ങളിൽ കോർത്ത് പൊക്കിയെടുക്കുന്നതായും രാജാവ് കണ്ടു. കഴുകൻ പറന്ന് കടൽക ടന്ന് മലയിലെ അതിന്റെ കൂട്ടിൽ കൊണ്ടുവയ്ക്കുന്നതായും കൂർത്ത ചുണ്ടുകൾകൊണ്ട് തന്നെ കൊത്തിപ്പറിച്ച് മാംസം കഴിക്കുന്നതായും രാജാവ് സ്വപ്നം കണ്ടു. കാട്ടുതീ ഉണ്ടാകുന്നു. ആ അഗ്നിപ്രളയത്തിൽ താനും കഴുകനും ആവരണം ചെയ്യപ്പെടുന്നു. കഴുകൻ രാജാവിനെ കാലിൽ കോർത്തെടുത്ത് പറക്കാൻ തുടങ്ങുമ്പോൾ കുന്നിൻചെരിവിൽ

നിലംപതിക്കുകയും താഴെ സമുദ്രത്തിലേക്ക് വീഴുകയും ചെയ്യുന്നു. തീയുടെയും ജലത്തിന്റെയും ആക്രമണത്തിൽ അവശനായ രാജാവ് മരിക്കുന്നു.

രാജാവ് പൊട്ടിക്കരഞ്ഞുകൊണ്ട് സ്വപ്നത്തിൽ നിന്നുണർന്നു നിലവിളിച്ചു. നിലവിളി കേൾക്കാനോ മറുപടി പറയാനോ അടുത്തെങ്ങും ആരും ഉണ്ടായിരുന്നില്ല. ഷീനെ കാണാഞ്ഞ് അയാൾ പിടഞ്ഞു. പതുക്കെ എഴുന്നേറ്റു കൊട്ടാരത്തിനു പുറത്തേക്ക് പോകാൻ രാജാവ് ശ്രമിച്ചു.

മുർത്തോ ഷീനെ തിരക്കി. അവൾ കൊട്ടാരത്തിൽനിന്നു പുറത്തു പോയിക്കഴിഞ്ഞിരുന്നു. കൊട്ടാരവാതിൽ അഗ്നിയിൽ ആളിക്കത്തുന്നു. രക്ഷപ്പെടാനുള്ള വഴി ഇല്ലാതായിരിക്കുന്നു. സ്വീകരണമുറിയിലിരിക്കുന്ന വീഞ്ഞ് എടുക്കാമെന്നു കരുതുമ്പോഴേക്കും കൊട്ടാരത്തിലെ മേല്ക്കൂര കത്തി താഴേക്കൂർന്നു വീണു. രാജാവിന്റെ തലയിലാണ് അതു പതിച്ചത്. തന്റെ ദേഹത്ത് കുറച്ചു ജലം വീണതുപോലെ. സ്വപ്നത്തിൽ കണ്ടതുപോലെ ജലത്തിന്റെയും തീയുടെയും ആക്രമണം.

അടുത്തദിവസം കൊട്ടാരത്തിലെ ആത്മീയനേതാക്കൾ, ചുടുവെണ്ണീറിൽ പൊതിഞ്ഞുകിടന്ന രാജാവിന്റെ ഭൗതികാവശിഷ്ടം കണ്ടെത്തി. അവർ അത് എടുത്തു ബോയിൻനദിയിലെ ജലത്തിൽ കഴുകിയെടുത്ത് സംസ്കരിക്കുന്നതിനായി റ്റുയിലനിലേക്കു കൊണ്ടുപോയി. അവിടെവച്ച് അവർ പറഞ്ഞു: "കഷ്ടം! മഹാനായ ഉഗയ്നിന്റെ പാരമ്പര്യത്തിന്റെ അവകാശി, കോൺ വംശജൻ, അയർലണ്ടിന്റെ മഹാനായ രാജാവ് മാക് എർക്ക കല്ലിനോടും മണ്ണിനോടും പടവെട്ടി മരിച്ചിരിക്കുന്നു. കഷ്ടം! വിശുദ്ധ കുരിശിന്റെ ലാളന മുഖത്തേല്ക്കാതെ, മന്ത്രവാദത്തിന്റെ ലോകത്തിൽ അദ്ദേഹം ജീവിച്ചു."

മുർത്തോയുടെ ചരമവൃത്താന്തം അറിഞ്ഞ്, അദ്ദേഹത്തിന്റെ ഭാര്യ ദ്യുവ്സേഷ് അവിടെ എത്തി. അവർ നിലവിളിച്ചുകൊണ്ട് മണ്ണിൽ വീണു. അല്പം കഴിഞ്ഞ് എഴുന്നേറ്റ് എയ്നിഷ് റീൽ എന്ന മരമുത്തച്ഛനെ ചാരിയിരുന്നു. അവരുടെ ഹൃദയം പൊട്ടി ചോര പുറത്തേക്കൊഴുകി. ഭർത്താവിന്റെ അന്ത്യമോർത്തു കേണ ഭാര്യക്കും അന്ത്യമായി.

റ്റുയിലനിലെ ചെറിയ പള്ളിക്കുസമീപം വടക്കുഭാഗത്ത് തീർത്ത അഗാധവും വിശാലവുമായ കല്ലറയിൽ മുർത്തോയും ഭാര്യ ദ്യുവ്സേഷും അന്ത്യവിശ്രമം കൊണ്ടു.

അടക്കം കഴിഞ്ഞ് ആത്മീയനേതാക്കൾ രാജാവിന്റെ അപദാനങ്ങൾ വാഴ്ത്തി സ്തുതിക്കാൻ തുടങ്ങി. മുർത്തോയുടെ ആത്മാവിനെ നരകത്തിൽനിന്ന് വിടുതൽ ചെയ്യാൻ കെയ്ർനെഷ് പ്രത്യേക താല്പര്യമെടുത്തു.

ഈ സമയം വിശാലമായ പുൽത്തകിടിയിലൂടെ സൗന്ദര്യത്തിന്റെ ആൾരൂപമായി ഒരു മഹതി നടന്നടുക്കുന്നത് അവർ കണ്ടു. പച്ചനിറമുള്ള സിൽക്ക് ഉടയാടയിൽ വെള്ളിനൂൽ പാകിയിരുന്നു. അവൾ അടുത്തുവന്ന് ആത്മീയനേതാക്കളെ വണങ്ങി.

അതിഥിയുടെ അനുപമസൗന്ദര്യം കണ്ട് അവർ ആശ്ചര്യപ്പെട്ടു. എന്നാൽ അവളുടെ മുഖത്ത് ദുഃഖം തളംകെട്ടിനിന്നിരുന്നു.

പുരോഹിതൻ ചോദിച്ചു: "മഹതി ആരാണ്? പ്രാർത്ഥനാനേരത്ത് ഇവിടെ എത്താൻ കാരണമെന്താണ്? ഒരു രാജാവിന്റെ അന്ത്യവിശ്രമസ്ഥലമാണിത്."

അവൾ പറഞ്ഞു: "അറിയാം. ഒരു രാജാവിനെ ഇവിടെ അടക്കം ചെയ്തിരിക്കുന്നു. ആ രാജാവിനെ ഉന്മൂലനം ചെയ്തത് ഞാനാണ്. അയർലണ്ടിന്റെയും പടിഞ്ഞാറിന്റെയും ശ്രേഷ്ഠനായ രാജാവ്, കോണിന്റെയും നിയാലിന്റെയും വംശജൻ, ആയിരം അപരനാമങ്ങൾകൊണ്ടു വാഴ്ത്തപ്പെട്ടവൻ മുർത്തോ മഹാരാജൻ ഇവിടെ വീണുറങ്ങിയിരിക്കുന്നു. ആ ദുഃഖത്തിൽ നീറി ഞാനും ഇവിടെ മരിച്ചുവീഴാൻ പോവുകയാണ്."

അവർ പറഞ്ഞു: "പറയൂ, എന്തിനാണ് നിങ്ങൾ രാജാവിനെ വകവരുത്തിയത്? അദ്ദേഹം നിങ്ങൾക്ക് പ്രിയപ്പെട്ടവനായിരുന്നോ?"

"അതേ, മുർത്തോ എനിക്ക് പ്രിയപ്പെട്ടവനായിരുന്നു. തീർച്ചയായും സർവ്വലോകരെയുംകാൾ പ്രിയപ്പെട്ടവനായിരുന്നു. ഞാൻ ഷീൻ. സിജ്കോട്ട നിങ്ങൾക്കറിയില്ലേ, ഡയാനിന്റെ മകൻ സിജിന്റെ ഓർമ്മയ്ക്കുള്ളത്. ആ സിജിന്റെ മകളാണു ഞാൻ. ബോയിൻ നദിക്കരയിൽ കെർബിലുണ്ടായ യുദ്ധത്തിൽവച്ച് മുർത്തോ എന്റെ അച്ഛനെയും അമ്മയെയും സഹോദരിയെയും കൊന്നു. ആ കൊലയ്ക്കു പകരംവീട്ടാൻ എന്റെ കുടുംബത്തിൽ ഞാനല്ലാതെ മറ്റാരും ഉണ്ടായിരുന്നില്ല. ഈ രാജാവ് അധികാരത്തിലിരിക്കുമ്പോൾ ഭൂതപ്രേതാദികളായുള്ള സകലതിനെയും ഇല്ലായ്മ ചെയ്തു. എന്റെ പിതൃരാജ്യത്തിന്റെ കഥകളും പാരമ്പര്യവും നശിപ്പിച്ചു. ആ തെറ്റുകൾക്കും നഷ്ടങ്ങൾക്കും പകരംവീട്ടിക്കൊണ്ട് എനിക്ക് പ്രിയപ്പെട്ടവനായ ആ രാജാവിനെ വിഷംകൊടുത്തു കൊന്നു. കഷ്ടം! ഞാൻ അയാൾക്കുവേണ്ടി മാന്ത്രികഭക്ഷണവും പാനീയവും ഒരുക്കി. അയാളുടെ ശക്തി മുഴുവൻ ചോർത്തിക്കളഞ്ഞു. കല്ലും മണ്ണും കരിയിലയുംകൊണ്ട് ഞാൻ മന്ത്രശക്തിയാൽ സേനാംഗങ്ങളെ സൃഷ്ടിച്ചു. രാജാവിന്റെ എല്ലാ ബോധവും നശിച്ചപ്പോൾ ഞാൻ അതു ചെയ്തു. കെയർനേഷ്, നിങ്ങൾ എന്നെ രാജാവിന്റെ അടുത്തേക്കു പറഞ്ഞയയ്ക്കുക. എന്റെ നെറ്റിമേൽ ക്രിസ്തുവിന്റെ കുരിശുവച്ച് ആശംസിക്കുക. എന്റെ മരണസമയം ഇതാ സമാഗതമായിരിക്കുന്നു."

ഷീൻ പറഞ്ഞുനിർത്തി. ചെയ്ത പാപത്തിന് പശ്ചാത്താപം ചെയ്യാൻ അവൾ തയ്യാറായി. അവൾ ദുഃഖംകൊണ്ടു വിവശമായി. ആ കൽമാടത്തിലേക്ക് ഷീൻ മരിച്ചുവീണു.

മുർത്തോയുടെയും ഭാര്യയുടെയും കല്ലറയ്ക്കരികിൽ പാദങ്ങൾ വരുന്ന ഭാഗത്ത് കുറുകെ നീളത്തിൽ ഷീനിനുവേണ്ടി കല്ലറയൊരുങ്ങി. ആത്മീയനേതാക്കൾ അത്ഭുതം മാറാതെ നിന്നു. അവർ എഴുതിയ പുസ്തകം തിരുത്തിയെഴുതി.

കുഴലൂത്തുകാരനും പൂകയും
- ഡഗ്ളസ് ഹൈഡ്

The Piper and the Puca
- Douglas Hyde

[ഭാഷാശാസ്ത്രജ്ഞനും രാഷ്ട്രീയനേതാവും രാഷ്ട്രതന്ത്രജ്ഞനും ഗയ്‌ലിക് നവോത്ഥാനത്തിന്റെ നേതാവും എഴുത്തുകാരനുമായ ഡഗ്ളസ് ഹൈഡ് (1860–1949) അയർലണ്ടിന്റെ ആദ്യത്തെ പ്രസിഡന്റാണ്. ഐറിഷിലും ഇംഗ്ലീഷിലും ഒരേ പ്രാഗത്ഭ്യത്തോടെ അദ്ദേഹം എഴുതിയിരുന്നു. ഐറിഷ് ഭാഷയിൽ എഴുതി പ്രസിദ്ധീകരിച്ച് പിന്നീട് ഇംഗ്ലീഷിലേക്ക് മൊഴിമാറ്റിയ കഥയാണ് *കുഴലൂത്തുകാരനും പൂകയും.*]

ഗാൽവെയിൽ ഡൺമോർ എന്ന സ്ഥലത്ത് പണ്ടൊരിക്കൽ അരവിഡ്ഢിയായ ഒരു സംഗീതജ്ഞനുണ്ടായിരുന്നു. ഫ്ളൂട്ട് അഥവാ കുഴൽ എന്ന വാദ്യോപകരണത്തിൽ 'ബ്ലാക്ക് റോഗ്' എന്ന ഒറ്റ ഈണം മാത്രം വായിക്കാനേ അയാൾക്ക് അറിയുമായിരുന്നുള്ളൂ. അതു നന്നായി അറിയുമായിരുന്നു. അതുവച്ച് അയാൾ ധനികരുടെ പ്രീതി സമ്പാദിക്കുകയും അങ്ങനെ ബുദ്ധിമുട്ടു കൂടാതെ ജീവിച്ചുപോരുകയും ചെയ്തു.

ഒരിക്കൽ ഒരു ഡാൻസ് പരിപാടിയിൽ പങ്കെടുത്ത് ഫ്ളൂട്ടു വായിച്ചതിനു ലഭിച്ച പണത്തിൽ കുറച്ചെടുത്തു മദ്യപിച്ചശേഷം വീട്ടിലേക്കു നടന്നുപോവുകയായിരുന്നു. അമ്മയുടെ വീടിന്റെ അടുത്തുള്ള ചെറിയ പാലത്തിൽ എത്തിയപ്പോൾ അയാൾ കുഴൽ എടുത്ത് ഊതാൻ തുടങ്ങി.

പൂക എന്ന യക്ഷി കുഴലൂത്തുകാരന്റെ പിറകേ വരുന്നുണ്ടായിരുന്നു. പൂക അയാളെ പിടിക്കുകയും അയാളെയുംകൊണ്ട് വാനിലുയർന്ന് പറക്കുകയും ചെയ്തു. അയാൾ പൂകയുടെ നീണ്ട കൊമ്പുകളിൽ പിടിച്ച് സങ്കടത്തോടെ പറഞ്ഞു: "എന്നെ വിടൂ മൃഗമേ, എനിക്കു വീട്ടിൽ പോകണം. അമ്മയെ കാണണം, എന്റെ കൈയിലുള്ള പണം അമ്മയ്ക്കു കൊടുക്കാനുള്ളതാണ്. എന്നിട്ടുവേണം അമ്മയ്ക്കു മൂക്കിൽപ്പൊടി വാങ്ങാൻ, വിടൂ..."

"അമ്മയോ, അതു സാരമില്ല." പൂക പറഞ്ഞു: "ഇപ്പോൾ മുറുകെപ്പിടിച്ചിരിക്കൂ. ഇല്ലെങ്കിൽ താഴെവീണു നിന്റെ കഴുത്തും കുഴലും ഒടിയും."

പൂക തുടർന്നു പറഞ്ഞു: "നീ എനിക്കുവേണ്ടി ഒന്നു കുഴൽ വായിക്കൂ. ഷാൻ വാൻ വോഗ് രാഗം."

"എനിക്ക് ആ രാഗം അറിയില്ല."

"അതു സാരമില്ല. നീ വായിക്കൂ. നിനക്കത് അറിയാൻ സാധിക്കും."

കുഴലൂത്തുകാരൻ പൂക പറഞ്ഞ രാഗം വായിച്ചു. അയാൾക്കുതന്നെ അത് അത്ഭുതമായി.

"ഞാൻ പറഞ്ഞില്ലേ, എന്നോടൊപ്പമിരിക്കുമ്പോൾ ഞാൻ പറയുന്നതൊക്കെ ചെയ്യാൻ നിനക്കു സാധിക്കും." പൂക പറഞ്ഞു.

"നീ എവിടേക്കാണ് എന്നെക്കൊണ്ടു പോകുന്നത്?"

"ക്രൊവാഗ് സെന്റ് പാട്രിക് കുന്നിൽ ബാൻഷി എന്ന യക്ഷിയുടെ വീട്ടിൽ വലിയ ഒരു സൽക്കാരം ഒരുക്കിയിട്ടുണ്ട്. അവിടെ സംഗീതവിരുന്നൊരുക്കുകയാണ് നിന്റെ ദൗത്യം." പൂക പറഞ്ഞു.

"ഓ."കുഴലൂത്തുകാരൻ പറഞ്ഞു: "എന്റെ പണം, എന്റെ അമ്മ. മാത്രമല്ല, ഫാദർ വില്യം അവിടെ കാണും. ഞാൻ അദ്ദേഹത്തിന്റെ വെളുത്ത രാജഹംസത്തെ മോഷ്ടിച്ചിരുന്നു."

കുന്നുകളും താഴ്‌വരകളും ദുർഘടമായ വനപ്രദേശങ്ങളും എല്ലാം താണ്ടി പൂക ക്രൊവാഗ് പാട്രിക് കുന്നിൽ എത്തി (പാട്രിക് പുണ്യാളൻ ഏകനായി നോമ്പുകാലം മുഴുവൻ തപസ്സിരുന്ന സ്ഥലമാണത്). വലിയ കൊട്ടാരത്തിന്റെ വാതിലിൽ പൂക കാലുകൊണ്ട് മൂന്നു തട്ടു തട്ടി. അത്ഭുതം വാതിൽ തുറന്നപ്പോൾ രമ്യഹർമ്മ്യത്തിലെ വിശാലമായ സൽക്കാരമുറി; വലിയ ഒരു സ്വർണ്ണമേശയ്ക്കു ചുറ്റുമായി നൂറുകണക്കിനു വൃദ്ധകൾ ആഡംബരവേഷത്തിൽ ഇരിക്കുന്നു. കൂട്ടത്തിൽ ഏറ്റവും പ്രായംകൂടിയ വൃദ്ധ എഴുന്നേറ്റ് "നൂറായിരം നമസ്കാരം, നവംബർ പൂകാ വന്നാലും" എന്നു പറഞ്ഞു.

"ഇതാരാണ്?"

"അയർലണ്ടിലെ ഏറ്റവും വിദ്വാനായ ഫ്ളൂട്ട് വാദകൻ." പൂക പറഞ്ഞു.

മറ്റൊരു വൃദ്ധ കാലുകൊണ്ട് നിലത്തൊന്നടിച്ചു. വശത്തുള്ള ഒരു കതകു തുറന്നു. ഫാദർ വില്യമിൽനിന്ന് കുഴലൂത്തുകാരൻ മോഷ്ടിച്ച വെളുത്ത രാജഹംസം അതാ ആ വാതിൽകടന്നു വരുന്നു.

"അയ്യോ..." കുഴലൂത്തുകാരൻ അത്ഭുതത്തോടെ പറഞ്ഞു: "ഞാനും എന്റെ അമ്മയുംകൂടി ഇതിനെ മുഴുവൻ തിന്നുതീർത്തതാണല്ലോ. അതിന്റെ ഒരു ചിറക് ഞാൻ റെഡ് മേരിക്കു കൊടുത്തതുമാണ്. അവളാണ് ഫാദറിനോടു ഞാൻ ഇതിനെ മോഷ്ടിച്ച കാര്യം പറഞ്ഞതും."

രാജഹംസം വന്നു മേശ വൃത്തിയാക്കി.

പൂക പറഞ്ഞു: "ശരി, സംഗീതം തുടങ്ങട്ടെ. ഇതാ ഇവർ അതാസ്വദിക്കാൻ തയ്യാറായിരിക്കുന്നു."

ഹാളിൽ ഫ്ളൂട്ടു നാദം ഉയർന്നു. വൃദ്ധകൾ നൃത്തം തുടങ്ങി. ക്ഷീണിതരാകുംവരെ അവർ നൃത്തം തുടർന്നു. ഫ്ളൂട്ടുവാദകർ അയാൾ ഇതുവരെ കേൾക്കുകപോലും ചെയ്തിട്ടില്ലാത്ത രാഗങ്ങൾ വിസ്തരിച്ചു.

നൃത്തവും സംഗീതവും നിലച്ചു. ഏറ്റവും പ്രായമായ വൃദ്ധ കുറെ സ്വർണ്ണനാണയങ്ങൾ കുഴലൂത്തുകാരനു സമ്മാനിച്ചു.

"പാട്രിക്കിന്റെ കൃപയാൽ ഞാൻ ഒരു പ്രഭുകുമാരനെപ്പോലെ ധനികനായിരിക്കുന്നു." കുഴലൂത്തുകാരൻ പറഞ്ഞു.

പൂക പറഞ്ഞു: "വരൂ, ഞാൻ നിന്നെ വീട്ടിൽ കൊണ്ടാക്കാം."

കുഴലൂത്തുകാരൻ പൂകയുടെ പുറത്തുകയറി. വെളുത്ത രാജഹംസം അടുത്തുവന്ന് ഒരു പുതിയ ഫ്ളൂട്ട് സമ്മാനിച്ചു. പൂക പറന്നു. വേഗത്തിൽ അവർ ഡൺമോറിൽ എത്തി. ചെറിയ പാലത്തിന്റെ അടുക്കൽത്തന്നെ കുഴലൂത്തുകാരനെ ഇറക്കി പൂക പറഞ്ഞു: "ഇപ്പോൾ നിങ്ങൾക്ക് നേരത്തേ ഇല്ലാത്ത രണ്ടു കാര്യങ്ങളുണ്ട്, സാമാന്യബുദ്ധിയും സംഗീതവും." പൂക പറന്നുയർന്നു.

കുഴലൂത്തുകാരൻ വീട്ടിലെത്തി.

"ഞാൻ ഇതാ പ്രഭുവിനെപ്പോലെ ധനികനായും അയർലണ്ടിലെ ഏറ്റവും നല്ല ഫ്ളൂട്ടു വാദകനായും വന്നിരിക്കുന്നു." അയാൾ അമ്മയെ വിളിച്ചുപറഞ്ഞു.

"നീ മദ്യപിച്ചിട്ടുണ്ടോ?" അമ്മ ചോദിച്ചു.

"ഇല്ല. ഒരു തുള്ളിപോലും കുടിച്ചിട്ടില്ല." ഫ്ളൂട്ടുകാരൻ പറഞ്ഞു.

അയാൾ സ്വർണ്ണനാണയങ്ങൾ അമ്മയെ ഏല്പിച്ചിട്ട് ഫ്ളൂട്ടു വായിക്കാൻ തുടങ്ങി.

സംഗീതത്തിനുപകരം പ്രത്യേകതരം അപശബ്ദമാണു കുഴലിൽനിന്നു വന്നത്. വാത്തകളും, അരയന്നങ്ങളും അതുകേട്ട് കൂട്ടത്തോടെ എത്തി. അയൽക്കാരെല്ലാം അതുകേട്ടുണർന്നു. അവർ വന്ന് കുഴലൂത്തുകാരനെ പരിഹസിക്കുകയും വഴക്കുപറയുകയും ചെയ്തു.

അയാൾ തന്റെ പഴയ കുഴൽ എടുത്തു. തനിക്കറിയാവുന്ന ബ്ലാക്ക് റോഗ് രാഗം മനോഹരമായി ആലപിച്ചു. ആളുകളും വാത്തകളും, അരയന്നങ്ങളും വന്ന വഴിയേ പോയി.

അടുത്തദിവസം രാവിലെ അമ്മ സ്വർണ്ണനാണയങ്ങൾ എടുക്കാൻ ചെന്നപ്പോൾ ആ സ്ഥാനത്ത് കുറെ ഇലകൾ മാത്രം കണ്ടു.

കുഴലൂത്തുകാരൻ പുരോഹിതന്റെ അടുത്തുചെന്ന് കഴിഞ്ഞദിവസം സംഭവിച്ചതെല്ലാം വിവരിച്ചു. പുരോഹിതൻ വിശ്വസിച്ചില്ല. അയാൾ വീണ്ടും പുതിയ കുഴൽ വായിക്കാൻ തുടങ്ങി.

വാത്തകളും, അരയന്നങ്ങളും വന്നു തുടങ്ങി.

"കള്ളൻ, വേഗം പൊക്കോ എന്റെ മുൻപിൽനിന്ന്." പുരോഹിതൻ ആക്രോശിച്ചു.

അയാൾ വീണ്ടും പഴയ കുഴൽ വായിച്ചു. മനോഹരമായ സംഗീതം. വാത്തകളും, അരയന്നങ്ങളും മടങ്ങി. സംഗീതപ്രേമികൾ വന്നുനിറഞ്ഞു.

ഗാൽവെ കൗണ്ടിയിൽ അദ്ദേഹത്തെപ്പോലെ ഒരു ഗായകൻ പിന്നീട് ഉണ്ടായിട്ടില്ല.

കള്ളൻ

- പാട്രിക് പിയേഴ്സ്

The Thief

- Patrick Pearse

[അദ്ധ്യാപകനും നിയമജ്ഞനും കവിയും കഥാകൃത്തും രാഷ്ട്രീയനേതാവും ദേശീയവാദിയും 1916 ലെ ഈസ്റ്റർ റൈസിങ്ങിലെ ധീരരക്തസാക്ഷിയുമായ പാട്രിക് ഹെൻറി പിയേഴ്സ് (1899–1916) ഐറിഷിലും ഇംഗ്ലീഷിലും എഴുതിയിരുന്നു. *ദ മദർ, ദ ഫൂൾ, ദ വേ ഫാറർ, ദ കിങ്, ദ മാസ്റ്റർ, ദ ഡിങ്ങർ, ദ തീഫ്, ദ റോസസ്* എന്നിങ്ങനെ നിരവധി കൃതികൾ രചിച്ചു.

ഐറിഷ് റിപ്പബ്ളിക് എന്ന പോരാളി സംഘടനയുടെ നേതാവായ പിയേഴ്സിനെ ബ്രിട്ടീഷുകാർ വെടിവെച്ചു കൊല്ലുകയായിരുന്നു. അദ്ദേഹത്തിന്റെ വിഖ്യാതമായ കഥയാണ് 'ദ തീഫ്'.]

ഗോർട്ട്മോർ സ്കൂൾ വിട്ടു. വിദ്യാർത്ഥികൾ പുറത്തിറങ്ങി. ഗ്ലൻചാഹയിലേക്കും ഡെറിബാനിവിലേക്കും പോകേണ്ട കുട്ടികൾ കിഴക്കോട്ടുപോയി. തുർലാഗ്, ഇൻവർ എന്നിവിടങ്ങളിലേക്കു പോകേണ്ട കുട്ടികൾ പിരിയുന്നതിനുമുൻപ് റോസ്നാഗീരാഗ് റോഡിൽ അല്പനേരം സംസാരിച്ചുനിന്നു. ആ റോഡിന്റെ തലയ്ക്കലാണ് സ്കൂൾ മാസ്റ്ററുടെ വീട്. ലോച് എല്ലേറിക്ക് നോക്കി നില്ക്കുന്ന വീടിന്റെ പിൻഭാഗത്ത് വലിയ മലയാണ്.

"മാസ്റ്ററുടെ തേനീച്ചകളുടെ ഇരമ്പൽ കേൾക്കാം." വിഷിലിൻ ബാർട്ലി എൻഡ പറഞ്ഞു.

"നമുക്കതുപോയി കണ്ടാലോ." ഡാറാ ബാർബറാ പറഞ്ഞു.

"എനിക്കു പേടിയാ." മികിലീൻ പറഞ്ഞു.

"എന്തിനാ പേടിക്കുന്നെ." ഡാറാ പറഞ്ഞു.

"എന്റെ വാക്കു വിശ്വസിക്കൂ. മാസ്റ്ററും ഭാര്യയും ഇപ്പോൾ അവിടില്ല."

"അവർ വരുമ്പോൾ നമ്മെ അറിയിക്കുന്നതാരാ?" ഡാറാ പറഞ്ഞു.

"ഞാൻ പറയാം." എന്ന് അന്തോണി മാനിജ് പറഞ്ഞു.

"ശരി. മാസ്റ്റർ സ്കൂളിൽ നിന്നിറങ്ങിയാലുടൻ ഒരു വിസിൽ അടിക്കണം, എന്താ?" ഡാറാ പറഞ്ഞു.

ഓരോരുത്തരായി വേലി ചാടാൻ തുടങ്ങി.

"ആർക്കും കുത്തുകിട്ടാതെ നോക്കണം." അന്തോണി മുന്നറിയിപ്പു നല്കി.

"ചെറിയ ഭയം ഉണ്ട്." ഡാറാ പറഞ്ഞു.

എല്ലാവരും വേലി ചാടി പറമ്പിൽ കയറി. അന്തോണി വേലിയിൽ ഇരുന്നു. സ്കൂളിൽനിന്നു മാസ്റ്റർ ഇറങ്ങുന്നത് അവന് വലതുഭാഗത്തേക്കു നോക്കിയാൽ കാണാം. മാസ്റ്ററിന് എന്തു നല്ല പൂന്തോട്ടമാണുള്ളത് എന്ന് അന്തോണി ചിന്തിച്ചു. റോസാച്ചെടികളാണ് കൂടുതൽ. വിവിധതരം റോസാപ്പൂക്കൾ. ആപ്പിൾ, ഗൂസ്ബറി ഉൾപ്പെടെ എത്രയോ ഫലവൃക്ഷങ്ങൾ. ചെറിയ വെള്ളാരങ്കല്ലുകൾ പാകിയ നടപ്പാത ഉദ്യാനത്തിനുചുറ്റും.

അവന് ആ ഉദ്യാനം അത്ഭുതാഹ്ലാദജനകമായിരുന്നു. അന്തോണിക്ക് ഏറ്റവും വിസ്മയമായി തോന്നിയത് പൂന്തോട്ടത്തിൽ ഒരിടത്ത്, റോസാച്ചെടികൾക്കിടയിൽ കണ്ട പാവവീടാണ്. തടിയിൽ നിർമ്മിച്ച രണ്ടു നിലയുള്ള മനോഹരമായ ഒരു വീടാണത്. താഴത്തെ നില വെളുത്ത നിറം. മുകളിലത്തെ നില ചെമപ്പുനിറം. ചെറിയ പച്ച വാതിൽ. ഗ്ലാസിട്ട മൂന്നു ജനാലകൾ, ഒന്നു താഴെയും രണ്ടെണ്ണം മുകളിലും. മുറികളിൽ കട്ടിൽ, മേശ, കസേര തുടങ്ങി എല്ലാ വീട്ടുപകരണങ്ങളും. വാതിൽപ്പടിയിലിരിക്കുന്ന വീട്ടമ്മയുടെ പാവ മനോഹരംതന്നെ.

അന്തോണി അത്ര മനോഹരമായ ഒരു പാവയും പാവവീടും കണ്ടിട്ടില്ല. ആ പാവയും പാവവീടും നിശ്ചയമായും മാസ്റ്ററുടെ ഇളയമകൾ നാൻസിയുടേതാകും എന്ന് അന്തോണി ഉറപ്പാക്കി.

"എന്റെ അനുജത്തിക്ക് ഇങ്ങനെയൊരു പാവയോ പാവവീടോ ഇല്ലല്ലോ..." അവൻ ഓർത്തു.

മൂന്നുമാസമായി അവൾ സുഖമില്ലാതെ കിടപ്പിലാണ്. അവൾ വല്ലാതെ ക്ഷീണിച്ചുപോയിരിക്കുന്നു. അന്തോണിക്ക് സങ്കടംവന്നു.

ഈ പാവ അവൾക്കു കിട്ടിയാൽ വലിയ സന്തോഷമായേനേ. അന്തോണി ആ പാവയിൽ അനുജത്തി ഐബ്ലിന്റെ സന്തോഷം കണ്ടു.

അവൻ വലതുഭാഗത്തേക്കു ശ്രദ്ധിച്ചുനോക്കി. മാസ്റ്ററോ ഭാര്യയോ വരുന്നില്ല. അവൻ എല്ലാ ഭാഗത്തേക്കും തിരിഞ്ഞുനോക്കി ആരും തന്നെ കാണുന്നില്ല എന്ന് ഉറപ്പുവരുത്തി വേഗത്തിൽ ഉദ്യാനത്തിലെ പാവക്കൂടിനടുത്തേക്ക് ഓടി, പാവയെ എടുത്ത് ജാക്കറ്റിനുള്ളിലാക്കി വേലി ചാടിക്കടന്ന് വീട്ടിലേക്ക് ഓടി.

"ഐബ്ലിൻ, ഞാൻ നിനക്ക് ഒരു സമ്മാനം കൊണ്ടുവന്നിട്ടുണ്ട്." അവൻ വിളിച്ചുപറഞ്ഞുകൊണ്ടാണ് വീട്ടിലേക്ക് ഓടിക്കയറിയത്.

"നോക്കൂ..." അന്തോണി അനുജത്തിയെ പാവ കാണിച്ചു.

അവളുടെ കവിളുകൾ തുടുക്കുന്നതും കണ്ണുകൾ തെളിയുന്നതും അവൻ കണ്ടു.

"കൊള്ളാം, അന്തോണീ, നിനക്ക് ഇത് എവിടെനിന്നു കിട്ടി?" ഐബ്ലിൻ ചോദിച്ചു.

"മാസ്റ്ററുടെ ഇളയ മകൾ നാൻസി നിനക്കു സമ്മാനമായി തന്നയച്ചതാണ്." അന്തോണി പുഞ്ചിരിച്ചുകൊണ്ടു പറഞ്ഞു.

അവരുടെ അമ്മ ഇതുകേട്ടു വന്നു.

"അമ്മേ, ഇതൊരു നിധിയാണ്." ഐബ്ലിൻ പാവയെ ഉയർത്തിക്കാട്ടി അമ്മയോടു പറഞ്ഞു: "അമ്മേ, മാസ്റ്ററുടെ ഇളയമകൾ എനിക്കു സമ്മാനമായി തന്നയച്ചതാണ്."

"സത്യമായിട്ടും?" അമ്മ ചോദിച്ചു.

അന്തോണി തലകുനിച്ചുനിന്ന് വിരലുകൾ എണ്ണി.

"എന്റെ കുഞ്ഞേ, നാൻസി എത്ര സ്നേഹവതിയാണ്. ഈ പാവ എന്റെ കുഞ്ഞിന്റെ അസുഖം വേഗം മാറ്റും." – അമ്മയുടെ കണ്ണുകളിൽ നിന്ന് കണ്ണീർ ഒഴുകി. അവരുടെ ഹൃദയം നാൻസിയോടുള്ള നന്ദി കൊണ്ടു നിറഞ്ഞു.

അന്തോണി ഭയത്തോടുകൂടി നില്ക്കുകയാണെങ്കിലും അമ്മയുടെയും അനുജത്തിയുടെയും സന്തോഷം കണ്ട് മോഷണത്തെ അവൻ മനസ്സിൽ ന്യായീകരിച്ചു.

രാത്രിയിൽ അന്തോണി പ്രാർത്ഥനയ്ക്കു മടിച്ചു. 'എന്റെ ദൈവമേ' എന്നുമാത്രം പറഞ്ഞ് അവൻ കിടക്കയിലേക്കു ചാഞ്ഞു. തെറ്റുകൾ ഏറ്റുപറഞ്ഞ് മാപ്പപേക്ഷിക്കുന്ന പതിവ് അവൻ തെറ്റിച്ചു.

രാത്രിയിൽ അവൻ സ്വപ്നം കണ്ടു. നാൻസിയും മാസ്റ്ററും കൂടി വരുന്നതായും നാൻസി ഐബ്ലിന്റെ കൈയിൽനിന്ന് പാവ തട്ടിപ്പറിക്കുന്നതായും മോഷണക്കുറ്റത്തിന് മാസ്റ്റർ സ്കൂളിൽവച്ച് അവനെ ശിക്ഷിക്കുന്നതായും ഒരുപറ്റം തേനീച്ചകൾ വന്ന് ആക്രമിക്കുന്നതായും കൂട്ടുകാർ കൂകി വിളിക്കുന്നതായും ഒക്കെ അന്തോണി സ്വപ്നം കണ്ടു.

പ്രഭാതത്തിൽ എഴുന്നേറ്റ് അവൻ സ്വയം പറഞ്ഞു: "സ്വപ്നത്തിൽ കണ്ടതൊന്നും ഞാൻ കാര്യമാക്കുന്നില്ല. ഐബ്ലിന്റെ അസുഖം പാവ വേഗം ഭേദമാക്കും."

സ്കൂളിൽ ചെന്നപ്പോൾ, തലേദിവസം വാഗ്ദാനം പാലിക്കാതെയും ആരോടും പറയാതെയും ഓടിക്കളഞ്ഞതെന്താണെന്ന് കൂട്ടുകാർ അന്തോണിയോടു ചോദിച്ചു.

"അമ്മ എന്നെ ഒരു ജോലി ഏല്പിച്ചിരുന്നു. അതുകൊണ്ട് വേഗം പോയതാണ്." അവൻ പറഞ്ഞു.

നാൻസി സ്കൂളിൽ എത്തിയപ്പോൾ അവൻ ഓട്ടക്കണ്ണിട്ടു നോക്കി. അവൾ ഇന്നലെ മുഴുവൻ കരയുകയായിരുന്നു എന്നും കവിളുകളിൽ കണ്ണുനീർ ഒഴുകിയ പാടുകൾ ഉണ്ടാകുമെന്നും അന്തോണി ചിന്തിച്ചു. അവന് നാൻസിയുടെ മുഖത്തേക്കു നോക്കാൻ മടിയായിരുന്നു.

മാസ്റ്റർ ക്ലാസിൽ അവന്റെ പേരു വിളിച്ചപ്പോൾ, ഇന്നലത്തെ സംഭവത്തിന്റെ പേരിൽ ശാസിക്കാനും ശിക്ഷിക്കാനുമാണെന്ന ഭാവത്തിൽ അവൻ പേടിച്ചു ചാടിയെണീറ്റു.

അന്നത്തെപ്പോലെ ഭയപ്പെട്ട മറ്റൊരു ദിവസവും അന്തോണിക്കില്ലായിരുന്നു.

അവൻ വീട്ടിലെത്തി. ഐബ്ലിന്റെ അസുഖം കുറവുണ്ട്. ഒരു മാസത്തിനുശേഷം അവൾ അന്ന് ആദ്യമായി കട്ടിലിൽ എഴുന്നേറ്റിരിക്കുന്നു. പാവ നെഞ്ചിൽ ചേർത്തുപിടിച്ചിരിക്കുന്നു.

അന്തോണി ആത്മഗതമായി പറഞ്ഞു: "എന്റെ സങ്കടവും ഭയവും ഞാൻ വകവയ്ക്കുന്നില്ല. പാവ ഐബ്ലിന്റെ അസുഖം ഭേദപ്പെടുത്തുന്നുണ്ട്."

അന്നുരാത്രിയിലും അവൻ സ്വപ്നം കണ്ടു. അവൻ പാവ മോഷ്ടിച്ചത് മാസ്റ്റർ പൊലീസിനോടു പരാതിപ്പെടുന്നതായും പൊലീസുകാർ വീട്ടിലേക്കു വരുന്നതായും ഒരു പൊലീസുകാരൻ കട്ടിലിനടിയിൽ ഒളിച്ചിരിക്കുന്നതായും മറ്റൊരാൾ ജനാലയുടെ കർട്ടനുപിന്നിൽ മറഞ്ഞിരിക്കുന്നതായും കണ്ട് അവൻ നിലവിളിച്ചു.

"എന്താ അന്തോണീ...?" അച്ഛൻ ചോദിച്ചു.

"ഒരു പൊലീസുകാരൻ എന്നെ പിടിക്കാൻ വരുന്നു." അന്തോണി പറഞ്ഞു.

"നീ അലറുകയായിരുന്നു. ഇവിടെ പൊലീസുകാരനൊന്നുമില്ല. നീ സമാധാനമായിക്കിടന്നുറങ്ങൂ." അച്ഛൻ ആശ്വസിപ്പിച്ചു.

അന്ന് അവന് കാളരാത്രി ആയിരുന്നു. പൊലീസുകാർ അവനെ റോഡിൽക്കൂടി നടത്തിക്കൊണ്ടു പോകുന്നതായി അവൻ സ്വപ്നം കണ്ടു.

"കള്ളൻ... കള്ളൻ..." എന്നവർ പറയുന്നു.

'അന്തോണി ഫാറൈഗ് മാനിങ് എന്താണു ചെയ്തതെന്നോ, അവൻ ഇന്നലെ മാസ്റ്ററുടെ ഇളയമകൾ നാൻസിയുടെ പ്രിയപ്പെട്ട പാവ മോഷ്ടിച്ചു. നീ ഇപ്പോൾ എന്തു പറയുന്നെടാ.' പൊലീസുകാരൻ ചോദിക്കുന്നതായി സ്വപ്നം കണ്ട് അന്തോണി ഭയപ്പെട്ടു. അവന് അന്ന് ഉറക്കം വന്നില്ല.

അടുത്ത ദിവസം, ഞായറാഴ്ച അവൻ പള്ളിയിൽ പ്രാർത്ഥനയ്ക്കു പോയി. ഏഴാം കല്പനയിൽനിന്ന് ഒരു ഭാഗം ഫാദർ റൊനാൻ വായിക്കുകയാണ്, "മോഷ്ടിക്കരുത്, അഥവാ മോഷ്ടിച്ചാൽ നഷ്ടപരിഹാരം ചെയ്യുന്നതുവരെ കുറ്റം പൊറുക്കപ്പെടുന്നില്ല." താൻ ചെയ്തത് വലിയ പാപമാണെന്ന് അന്തോണിക്ക് ഉറപ്പായിരുന്നു. പുരോഹിതനോട് തെറ്റ് ഏറ്റുപറഞ്ഞ് കുമ്പസരിക്കണമെന്നും അവനറിയാമായിരുന്നു. എന്നാൽ, അവൻ കുമ്പസരിക്കാൻ പോയില്ല. അവനറിയാം, അതിനു പോയാൽ പാവ മടക്കിക്കൊടുത്തു ക്ഷമ ചോദിക്കാൻ ഫാദർ പറയുമെന്ന്. പാവ തിരിച്ചുകൊടുക്കാൻ അവനു സമ്മതമില്ലായിരുന്നു, താനതു തിരിച്ചു കൊടുക്കില്ല എന്ന് അവൻ മനസ്സിൽ ഉറക്കെപ്പറഞ്ഞു, കാരണം ആ പാവ ഐബ്ലിന്റെ അസുഖം ദിനംപ്രതി സുഖപ്പെടുത്തുന്നു.

ഒരുദിവസം അന്തോണി, ഐബ്ലിന്റെ കിടക്കയ്ക്കരികിൽ ഇരുന്ന് അനുജത്തിയുമായി ഗൗരവമായി സംസാരിച്ചുകൊണ്ടിരിക്കുകയായിരുന്നു.

"അതാ, മിസ്ട്രസ്സും നാൻസിയും ഇങ്ങോട്ടുവരുന്നു" എന്ന് അമ്മ വിളിച്ചു പറയുന്നു.

'ഭൂമി പിളർന്ന് തന്നെ വിഴുങ്ങിയിരുന്നെങ്കിൽ' എന്ന് അന്തോണി ചിന്തിച്ചു. അവന്റെ മുഖവും ചെവിയും എല്ലാം ചുവന്നു. അവൻ വിയർത്തു കുളിച്ചു. ഒരക്ഷരം സംസാരിക്കാനോ എന്തെങ്കിലും ചിന്തിക്കാനോ കഴിയാതെ അവൻ സ്തബ്ധനായിരുന്നു. 'അവർ ഈ പാവ എടുത്തുകൊണ്ടുപോകും' എന്നവൻ ഒരു നിമിഷം ഭയപ്പെട്ടു. അവനുണ്ടായിരുന്ന ഒരേ ഒരു ആശ്വാസം, പാവ ഐബ്‌ലിനെ സുഖപ്പെടുത്തുന്നു എന്നതു മാത്രമാണ്.

മിസ്ട്രസ്സും നാൻസിയും മുറിയിലെത്തി. അന്തോണി എഴുന്നേറ്റു. അവരുടെ മുഖത്തു നോക്കാനാവാതെ അവൻ തലകുനിച്ചു നിന്നു. അവൻ അവരുടെ പാദത്തിൽ നോക്കി വിരലുകൾ എണ്ണി. നാലു കാലുകൾ, രണ്ടെണ്ണം തടിച്ചവ, രണ്ടെണ്ണം മെലിഞ്ഞവ. ഈരണ്ടു പത്ത്, രണ്ട് പത്ത് ഇരുപത്....

അമ്മ അവരോടു സംസാരിക്കുന്നുണ്ട്, മിസ്ട്രസ്സ് തിരിച്ചും. അന്തോണിക്ക് നിമിഷങ്ങൾ കടന്നുപോകുന്നില്ലെന്നു തോന്നി. പാവയെപ്പറ്റി ഇപ്പോൾ അവർ പറയും എന്നോർത്ത് അവൻ നിന്നു. ഒന്ന്, രണ്ട്, മൂന്ന്, നാല്. നാല് പാദങ്ങൾ.

ഐബ്‌ലിൻ പാവ കൈയിലെടുത്ത് നാൻസിയോടായി പറയുന്നു: "നീ എന്താണ് എനിക്കീ പാവ തന്നു വിട്ടത്. നിനക്കു വേണ്ടായിരുന്നോ? പാവ കിട്ടിയതു മുതൽ എനിക്ക് അസുഖം കുറയാൻ തുടങ്ങി. സന്തോഷമായി. നന്ദിയുണ്ട് നാൻസീ."

അമ്മ പറഞ്ഞു: "ശരിയാണ്, അവൾക്കു നല്കിയ ആ പാവയുടെ പേരിൽ ഞങ്ങൾ എന്നും നിങ്ങളോടു നന്ദിയുള്ളവരായിരിക്കും. ദൈവം നിങ്ങൾക്ക് എല്ലാ ഐശ്വര്യവും സമാധാനവും നല്കട്ടെ."

നാൻസിയും മിസ്ട്രസ്സും ഒന്നും പറഞ്ഞില്ല. അന്തോണി ഇളിഭ്യനായി നാൻസിയെ നോക്കി. ഐബ്‌ലിന്റെ കിടക്കയിൽ അവളോടു പറ്റിച്ചേർന്നു കിടക്കുന്ന പാവയെ അവൻ ഏറുകണ്ണിട്ടുനോക്കി. പാവയുടെ വായ പാതി തുറന്നിരിക്കുന്നു.

"അന്തോണി ഇതു കൊണ്ടുവന്നപ്പോൾ വളരെ പ്രയാസപ്പെട്ടാണു ഞാൻ വിശ്വസിച്ചത്." ഐബ്‌ലിൻ പറഞ്ഞു: "നാൻസി എനിക്കു സമ്മാനമായി തന്നയച്ചതാണെന്ന് പറഞ്ഞപ്പോൾ."

നാൻസി അന്തോണിയെ നോക്കി. അവൻ പതുക്കെ തലയുയർത്തി. അവർ കണ്ണോടുകണ്ടു. നാൻസി അന്തോണിയുടെ കണ്ണുകൾ വായിച്ചു നില്ക്കുമ്പോൾ അന്തോണി അവളുടെ കണ്ണുകളിൽ ദയയും സ്നേഹവും സൗന്ദര്യവും ദർശിച്ചു.

നാൻസി ഐബ്‌ലിനോടു ചോദിച്ചു: "നിനക്കിതിഷ്ടപ്പെട്ടോ?"

"എന്തിനേക്കാളും." ഐബ്‌ലിൻ പറഞ്ഞു: "എനിക്ക് ലോകത്തിലുള്ള ഏതു വസ്തുവിനേക്കാളും ഇഷ്ടം ഈ പാവയാണ്."

"ഈ പാവ താമസിക്കുന്ന ചെറിയ ഒരു വീട് എന്റെ വീട്ടിലുണ്ട്." നാൻസി പറഞ്ഞു: "ഞാൻ അതു നിനക്കു തരാം. നാളെ അന്തോണി അതു കൊണ്ടുതരും."

"ആവു..." ഐബ്‌ലിൻ സന്തോഷംകൊണ്ട് കൊച്ചുകൈകൾ ചേർത്തു കൊട്ടിച്ചിരിച്ചു.

"നിനക്കതു നഷ്ടപ്പെടില്ലേ?" ഐബ്‌ലിന്റെ അമ്മ നാൻസിയോടു ചോദിച്ചു.

"സാരമില്ല ഐബ്‌ലിന്റെ അസുഖം വേഗം കുറയും. എനിക്ക് വേറെ ഒരുപാടു കളിപ്പാട്ടങ്ങൾ ഉണ്ടല്ലോ." നാൻസി പറഞ്ഞു.

"അവൾ അതു തന്നോട്ടെ." മിസ്ട്രസ്സ് പറഞ്ഞു.

"നിങ്ങൾ എത്ര സ്നേഹമുള്ളവരാണ്." അന്തോണിയുടെ അമ്മ പറഞ്ഞു.

അന്തോണിക്ക് എല്ലാം സ്വപ്നമാണെന്നു തോന്നി. നാൻസി ഒരു മനുഷ്യക്കുട്ടി അല്ല, സ്വർഗ്ഗത്തിൽനിന്നുവന്ന മാലാഖതന്നെ എന്ന് അവൻ വിചാരിച്ചു.

മിസ്ട്രസ്സും നാൻസിയും യാത്ര പറഞ്ഞു പുറത്തിറങ്ങിയപ്പോൾ അന്തോണി പുറകിലെ വാതിൽ തുറന്ന് പൂന്തോട്ടം ഓടിക്കടന്ന് അവർ വരുന്ന വഴിയിൽ അക്ഷമനായി കാത്തുനിന്നു.

"നാൻസീ, നിന്റെ പാവ ഞാൻ മോഷ്ടിച്ചതാണ്."

"സാരമില്ല അന്തോണീ..." നാൻസി പറഞ്ഞു: "നീ ഐബ്‌ലിനു വേണ്ടി എടുത്തതല്ലേ."

അന്തോണി ഒന്നും മിണ്ടാനാവാതെ റോഡരുകിൽ നിന്നു.

അടുത്ത ദിവസം അന്തോണി മിസ്ട്രസ്സിന്റെ വീട്ടിൽ ചെന്നു. നാൻസിതന്നെ പാവവീട് അന്തോണിക്ക് സമ്മാനിച്ചു. അവൻ വേഗം വീട്ടിലെത്തി. പാവവീട് അവൻതന്നെ വൃത്തിയാക്കി അതിനുള്ളിലുള്ള ഉപകരണങ്ങൾ എടുത്ത് അവൻതന്നെ പോളിഷ് ചെയ്ത് തിരിച്ചുവച്ചു. കിടക്ക വിരിച്ച് അവൻതന്നെ പാവയെ കിടത്തി. പാവവീട് ഐബ്‌ലിന്റെ കിടക്കയ്ക്കരികിൽ, അവൾക്ക് പാവയെ കാണാവുന്നതുപോലെ വച്ചു.

അടുത്ത ശനിയാഴ്ച അന്തോണി കുമ്പസാരത്തിനു പോയി. ഫാദറിനോട് തന്റെ തെറ്റുകൾ മുഴുവൻ ഏറ്റുപറഞ്ഞു. ഐബ്‌ലിനു പൂർണ്ണ ആരോഗ്യം തിരിച്ചുകിട്ടി. അവൾക്കുതന്നെ വൃത്തിയാക്കാൻ കഴിയുന്നതുവരെ പാവവീട് ആഴ്ചയിലൊരിക്കൽ വൃത്തിയാക്കണമെന്നതായിരുന്നു ഫാദർ അന്തോണിക്ക് നല്കിയ ശിക്ഷ.

ആ മാസം അവസാനമായപ്പോഴേക്ക് ഐബ്‌ലിൻ പൂർണ്ണമായും ആരോഗ്യവതിയായി. ഒരു മാസം കൂടി കഴിഞ്ഞിട്ടാണ് അവൾ സ്കൂളിൽ പോയിത്തുടങ്ങിയത്.

ഒരു ശനിയാഴ്ച മിസ്ട്രസ്സ് പുറത്തിറങ്ങാനായി വാതിൽ തുറക്കുമ്പോൾ അന്തോണി നില്ക്കുന്നു.

"ഇതാ നാൻസിക്ക് ഒരു ചെറിയ സമ്മാനം." അവൻ കൈനീട്ടി.

അരഡസൻ താറാവുമുട്ടയും ഒരു പൂച്ചെണ്ടും. മിസ്ട്രസ്സ് അതു വാങ്ങി. അവർ നന്ദി പറയുന്നതു കേൾക്കുംമുൻപേ അന്തോണി തിരിഞ്ഞോടി.

www.ingramcontent.com/pod-product-compliance
Lightning Source LLC
LaVergne TN
LVHW060135051026
849517LV00007B/2475
* 9 7 8 9 3 9 3 4 6 8 4 2 0 *